ஏற்றம் இறக்கம்
சிறுகதைகள்

மு.சண்முக சுந்தரம்

ஏலே பதிப்பகம்

ஏற்றம் இறக்கம் சிறுகதைகள்
ஆசிரியர் © **மு.சண்முக சுந்தரம்**

முதற்பதிப்பு 2021
பக்கங்கள் 73

ISBN 978-93-91423-54-4

புத்தகம் வெளியிடு
ஏலே பதிப்பகம்
aelaypublish@gmail.com
phone – 9944992571

Aelay Publish
www.aelaypublish.com

எனது பெயர் சண்முகசுந்தரம். இது எனது முதல் சிறுகதைகள் தொகுப்பு. நான் **M.A.(ENGLISH), PGDMCJ(JOURNALISM), B.ED.** படித்திருக்கிறேன்.
நான் என் வாழ்வில் பார்த்த கதாபாத்திரங்கள் வைத்து இந்த சிறுகதைகள் உருவாக்கியிருக்கிறேன்.
அந்தக் கதாபாத்திரங்கள் செய்த விஷயங்கள் என் மனதில் ஆழமாகப் பதிந்தது அதை எழுத்து வடிவத்தில் அமைக்க வேண்டும். எனும் நோக்கத்தில் அவர்கள் செய்த நன்மைகள், தீமைகள் இவை அனைத்தும் இதில் கதாபாத்திரமாக மாற்றி சிறு கதையாக மாற்றியுள்ளேன்.

நான் சிறுவயதில் இருந்தே பிறருக்கு உதவி செய்யும் நோக்கத்துடன் தான் வளர்ந்தேன். அதன் விளைவாக நான் எனது 23ஆம் வயதில் என் நண்பர்கள் புகழேந்தி மற்றும் மெய்யழகன் அவர்களுடன் இணைந்து பகுத்தறிவாளர்கள் **PUBLIC CHARITY TRUST** ஆரம்பித்து ஏழை எளிய மக்களுக்கு இலவச இரவு பாட சாலை(**TUITION**) மற்றும் இலவச நோட்டு புத்தகம் வழங்கி வருகிறோம். நான் இந்த புத்தகத்தை வெளியிட தூண்டுகோலாக இருந்தது

அன்பு உள்ளங்கள்
மு.சீனுவாசன் (எ) இளைய தமிழ் மகன்,
கவிஞர் புருஷோத்தமன்.

உள்ளடக்கம்:

EMI

பெருமாள் ஒரு 21 வயது கொண்ட இளைஞன். இவன் கல்லூரி படிப்பை முடிப்பதற்குள்ளே நல்ல நிறுவனத்தில் அவனுக்கு வேலை கிடைத்து விட்டது. அதனால் அவன் ஆடம்பர வாழ்க்கை வாழலாம் என்று ஒரு தப்பான எண்ணத்தில் வாழத் தொடங்கினான். அவனுக்கு தந்தை இல்லை தாய் மட்டும்தான். "தேவை இல்லாத பொருளை வாங்கினால் தேவையான பொருளை விற்க நேரிடும்" என்ற பழமொழிக்கேற்ப பெருமாளின் வாழ்க்கையில் ஏற்படும் திருப்பங்களை காணலாம் வாருங்கள்.

பெருமாளின் தாயின் பெயர் சரஸ்வதி. அவள் வீட்டு வேலை பார்த்து தான் தனது மகனை நல்ல முறையில் படிக்க வைத்தாள். பெருமாள் வேலைக்கு சென்ற ஓராண்டில் தனது படிப்புக்கு வாங்கிய அனைத்து கடனையும் அடைத்து விட்டப் பிறகு நல்ல ஆடம்பர வாழ்க்கையைத் தொடங்கலாம் என்று முடிவெடுக்கிறான். பெருமாள் இணையத்தில் எந்த ஒரு பொருள் வந்தாலும் அதை உடனே வாங்க ஆசைப்படும் மனோபாவம் கொண்டவன். வருடத்திற்கு இரண்டு தொலைபேசி மாற்றிவிடுவான். இதனால் அவன் சேமிப்புப் பழக்கத்தை இழந்துவிடுகிறான். இதை அவன் தாய் கண்டுகொள்ளவில்லை, பிறகு அவளும் EMI யில் (அதாவது தவணை முறையில் பொருள் வாங்குவது) வாங்குவதற்கு ஆசைப்பட்டு ஒரு சில பொருட்கள் வாங்குகிறாள். நாளடைவில் அவன் வாங்கும் சம்பளம் அனைத்துமே EMI க்கு போய் விடுகிறது. அதனால் குடும்பச் செலவிற்கு பணம் மிகவும் தேவைப் பட்டது. அத்தியாவசியமான பொருட்களை வாங்குவதற்கு பெருமாளும் அவனது தாயும் கஷ்டப்பட்டு கொண்டு இருந்தார்கள்.

பெருமாளும் அவனது தாயும் வீட்டிற்கு தேவையான மளிகைப் பொருட்கள் வாங்கிடக் கூட பாக்கி வைக்கத் தொடங்கினார்கள். நாளடைவில் ஒரு கடனை அடைக்க வேறிடத்தில் கடன் வாங்க ஆரம்பித்தார்கள். இதனால் இவர்களுக்கு ஒரு நாள் பொழுது கூட ஒரு ஆண்டு செல்வது போல மாறத்தொடங்கியது. இதன் காரணமாகவே இவன் வேலைப்பார்க்கும் இடத்தில் வேலை சுமை அதிகரித்ததால் வேலை செய்ய முடியாமல் தவித்துக் கொண்டிருந்தான். அதைப் பார்த்த மேனேஜர் இவனை சிறிது கண்டித்தார் அவன் மிகவும் கோபம் அடைந்தான். பிறகு மேனேஜருக்கும் பெருமாளுக்கும் வாக்குவாதம் ஏற்பட்டது, உடனே மேனேஜர் அவனை வேலையை விட்டு நிறுத்தி விட்டார்.

வேலைப் போனதை தனது தாயிடம் சொல்லாமல் தனது நெருங்கிய நண்பனாகிய ரவியிடம் பெருமாள் கூறுகிறான். ரவி ஒரு ரியல் எஸ்டேட் ப்ரோக்கர், அதனால் தன்னுடன் பார்ட்னராக வருகிறாயா? என்று பெருமாளிடம் கேட்கிறான். பெருமாளுக்கு அந்த சந்தர்ப்பத்தில் ரியல் எஸ்டேட் தொழில் செய்தால் குறுகிய காலத்தில் தொழிலதிபர் ஆகிவிடலாம் என்று பெருமாள் முடிவெடுக்கிறான். நான் இனிமேல் உன்னுடனே வருகிறேன் என்று
ரவியிடம் வாக்குறுதி கொடுத்தான்.

ரவி சட்டத்திற்கு விரோதமான ஒரு யோசனையை பெருமாளிடம் கூறினான். புறம்போக்கு இடத்தை பட்டா வாங்கி அதைப் பிறரிடம் விற்றுவிடலாம் என்று பெருமாளுக்கு யோசனையை கூறுகிறான். அதற்காக பெருமாள் சேட்டிடம் ஒரு சிறிது தொகையை வாங்கி அரசு அலுவலர்களுக்கு லஞ்சம் கொடுத்து எப்படியாவது பட்டா வாங்கி அந்த இடத்தை விற்று விடலாம் என்று ஒரு யோசனையை ரவியிடம் கூறுகிறான். ரவியும் இந்த யோசனை சரியாக இருக்கும் என்று நம்பி இருவரும் இந்தகாரியத்தில் இறங்குகிறார்கள்.

ரவியும் பெருமாளும் இடம் சமாச்சாரமாக அடிக்கடி அரசு அலுவலகத்திற்கு சென்று வர அந்த ஏரியா ரவுடி ஒருவன் அவர்களை பின்தொடர ஆரம்பிக்கிறான். அவர்களது செயல்பாடுகள் என்னவென்று அவனும் அதை அறிந்து கொண்டான்.

அந்த ரவுடியின் பெயர் ரங்கன். அவனின் முதலாளியிடம் இந்த இடம் சம்பவத்தைப் பற்றி எடுத்துரைக்கிறான். அந்த முதலாளி பெயர் கத்தி சேகர். ரவி பலருக்கும் லஞ்சம் கொடுத்து புறம் போக்காக இருக்கும் இடத்தை பட்டா சிட்டா போட்டு அதை நல்ல முறையில் மாற்றி அமைக்கிறான். பிறகு அந்த சேட்டிடம் விற்க முடிவு எடுக்கிறான். ஆனால் இதை அறிந்த சேகரும் ரங்கனும் ரிஜிஸ்டர் செய்வதற்கு முதல் நாள் முன்பு கட்டப்பஞ்சாயத்து செய்து ரவியையும் பெருமாளையும் மிரட்டி இதிலிருந்து ஓடி விடுங்கள் என்று விரட்டி விடுகிறார்கள் அவர்களும் சென்றுவிடுகிறார்கள். இதனால் பெருமாள் மிகவும் மன வேதனைக்கு ஆளாகிறான்.

இதற்கெல்லாம் காரணம் பெருமாளின் ஆடம்பர வாழ்க்கையும், இணையத்தில் பொருள் வாங்கும் எண்ணமும்தான். இதற்காக பல அவமானங்களையும், பல அசிங்கத்தையும் சந்தித்து மன உளைச்சலுக்கு ஆளாகிறான். இறுதியில் தற்கொலை செய்து கொள்ளலாம் என்று முடிவு எடுக்கிறான். தற்கொலை செய்து கொள்ளும் போது ரவி உடனே அந்த தற்கொலையை தடுத்து நிறுத்துகிறான். வாழ்க்கையை வாழ்வதற்கு பல வழிகள் இருக்கு மரணம் முடிவல்ல என்று அறிவுரை கூறி அவனுக்கு சிறிது பணத்தை கொடுத்து வேறு ஏதாவது தொழில் தொடங்கி வாழ்க்கையில் முன்னேறி வா என்று அவனிடம் அறிவுரை கூறுகிறான். பிறகு பெருமாள் உழைப்பையும், முதலீட்டையும் நம்பி ஒரு சின்ன தொழிலை ஆரம்பிக்கிறான். அந்தத் தொழிலில் முழு ஆர்வத்தையும் செலுத்தி, வீண் செலவுகளை குறைத்து சிக்கனமாக வாழத் தொடங்குகிறான். பெருமாள் நாளடைவில் அவன் இழந்த இடத்தை மீண்டும் அடைகிறான், மனநிறைவுடன் வாழத்தொடங்குகிறான்.

கரு: உண்மையில் தேவையில்லாத பொருட்களை வாங்க கூடாது, அது போல எந்த ஒரு பிரச்சனைக்கும் தற்கொலை என்பது முடிவல்ல.

உழைப்பே உயர்வு

புதுக்கோட்டை நகராட்சியில் ராமசாமி முனியம்மாள் இவர்களுக்கு குமார், குமாரி என்று இரு பிள்ளைகள் பிறந்தார்கள். குமார் ஆரம்ப காலத்தில் படிக்க வேண்டும் என்ற ஆசையில் பள்ளிக்கூடங்களுக்கு சென்றான். ஆனால் அவன் தந்தைக்குப் பெரும் வருமானம் இல்லாததால் அவன் தாய் மற்றும் அக்காவுடன் இணைந்து தீப்பெட்டித் தொழிற்சாலையில் வேலை பார்க்கச் சென்றான். ஒரு கட்டத்தில் காமராஜர் அப்பொழுது ஆட்சியில் இருந்ததால் மதிய உணவு திட்டம் அவனுக்கு கிடைத்த பின் உணவு கிடைக்கிறது நான் பள்ளிக்குச் செல்கிறேன் என்று அந்தக் கஷ்டத்திலும் படிப்பு அறிவு வேண்டும் என்ற எண்ணத்துடன் குமார் பள்ளிக்கூடத்தை நாடிச் செல்கிறான். குமார் பகலில் பள்ளிக்கூடங்களும் இரவு தனது தாய்க்கு உதவியாக வீட்டில் சிறு வேலைகள் செய்தும் வளரத் தொடங்கினான். சிறுவயதிலேயே வறுமையின் துயரத்தை அறிந்த குமார் நாம் எப்படியாவது உழைத்து முன்னேறி வாழ்ந்திட வேண்டும் என்று தனது அக்காளிடம் புலம்பிக் கொண்டே இருப்பான். இப்படித்தான் ஒருமுறை அக்காவிடம் "ஒரு நாளில்லை ஒரு நாள் நம்ம ஊருக்கு நான் ஒரு பெரிய காரில் வலம் வருவேன், அந்த கார் கதவை திறந்து விடுவதற்கு வேலையாட்கள் வருவார்கள் நீ வேணா பாரு" என கூறியவுடனே, அக்கா டேய் கனவு ஏதாவது கண்டியா நமக்கு அடுத்த வேளை சாப்பாட்டுக்கே கஷ்டம் இதுல வேற நீ கார்ல வர மாதிரி கனவு கண்ட, போடா டேய் என்று அக்கா கூறினாள். அவன் மனதில் இச்சம்பவம் ஆழமாகப் பதிந்தது. குமார் நாம் எப்படியாவது இதுபோல் வந்து காட்டிவிட வேண்டும் என்று முடிவு எடுக்கிறான். பள்ளிப்படிப்பை நல்லமுறையில் முடித்த பின்பு கல்லூரியை நோக்கி குமார் திருச்சியை அடைகிறான்.

குமாருக்கு வசதி வாய்ப்பு கிடையாது. கல்லூரியில் பிஏ தமிழ் படிக்க முயன்று அதை நன்கு படித்து முடித்து விட்டு நல்ல சம்பளத்திற்காக மதராசப் பட்டினத்தை நோக்கிச் சென்றான்.அங்கே பெரும் நிறுவனத்தில் ஒரு இண்டர்வியூ அட்டெண்ட் பண்ண காத்துக் கொண்டிருந்தான். அப்பொழுது முதலாளி ஆபீசை நோக்கி நடந்து சென்றார்,

அங்கே முதலாளி ஒரு கேள்வி கேட்டார் "யார் யார் மேனேஜர் வேலை வேலைக்கு வந்து இருக்கீங்க?" என்று கேள்வி கேட்டார். ஒரு ஐந்து நபர்கள் கையைத் தூக்கினார்கள், அதில் ஒருவன் குமார். அவர் ஒருவேளை சொன்னார், இங்கிருக்கும் சுமார் 200 பெட்டிகளை அந்த லாரியில் ஏற்றி வைத்துவிட்டு என் ரூமுக்கு வாங்க என்று கட்டளையிட்டார். அந்த நால்வரும் நான் படித்த படிப்புக்கு இந்த வேலையைச் செய்யமாட்டோம் என்று உதறித் தள்ளி விட்டு போய் விட்டார்கள். ஆனால் குமாரோ அனைத்து பெட்டிகளையும் தனியாக எடுத்து வைத்து விட்டு சுமார் 1 மணி நேரம் கழித்து அவன் முதலாளியை போய் பார்த்தான். முதலாளி "இந்தா உனது அப்பாயின்ட்மெண்ட் ஆர்டர் மற்றும் ஒரு மாதச் சம்பளம் என்று அவனுக்கு மகிழ்ச்சியைக் கொடுத்தார். குமாரும் உடனே அளவில்லா இன்பம் அடைந்தான். அந்த பணத்தில் பாதியை தனது தாய்க்கு அனுப்பிவைத்தான் தனது அக்காவின் திருமண செலவிற்கு இப்போது சேர்த்து வையுங்கள் என்று ஒரு சிறிய கடிதம் எழுதி அனுப்பினான்.

சுமார் ஆறு மாத காலங்களில் குமாருக்கு மேனேஜர் போஸ்டிங் கிலிருந்து ஜெனரல் மேனேஜர் போஸ்டுக்கு பதவி உயர்ந்தது, சம்பளமும் உயர்ந்தது. அக்காவின் திருமணத்திற்காக விடுவிடுவென்று பணத்தை சேர்த்து வீட்டுக்கு அனுப்பி வைத்தான். குமார் அக்காவுக்கு நல்ல முறையில் திருமணம் செய்துவைத்து அக்காவின் வாழ்க்கையைப் பிரகாசமாக்கிவிட்டு திரும்ப மெட்ராஸ் ஐ நோக்கி வந்தான். சில வருடங்கள் ஜெனரல் மேனேஜர் ஆகவே வேலை பார்த்து வந்தான். அவனுக்கு ஒரு ஆசை வந்தது, நாம் வாழ்க்கையின் அடுத்த கட்டத்திற்கு செல்ல வேண்டும் என்று. உடனே இந்த வேலையை விட்டுவிட்டு தன் முதலாளியிடம் சொன்னான் "முதலாளி நான் ஒரு புதிய தொழில் தொடங்கலாம் என்று இருக்கிறேன் அதற்கு நீங்கள்தான் எனக்கு உதவ வேண்டும்" என்று கேட்டான். அதற்கு அவன் முதலாளி "நீ எல்லாம் என்னடா தொழில் தொடங்க" அப்படி என்று ஏளனமாக பேசினான் குமாரின் முதலாளி. அவனுக்கு இன்னும் சுறுசுறுப்பு ஏறியது. உடனே வேலையை விட்டு நின்று, தான் தனியாக வெளியே வந்து ஒரு கடையை நடத்த முடிவு செய்தான்.அவனிடமிருந்தது சிறிய தொகையும், அதிக அளவில் மன தைரியமும், நேர்மையும் இருந்தது.

குமார் பஜாரை நோக்கி நடந்து சென்றான். அங்கு இருக்கும் கடைகளை பார்த்தான் அதில் ஒரு சில கடைகள் மூடியிருந்தது. அங்கு அவர் வாடகை எவ்வளவு என்று கேட்டான், அவனால் கொடுக்க முடியாத அளவுக்கு வாடகையை ஏற்றி சொன்னார்கள். அவனுடனே மனமுடைந்து போனான். சிறிது தூரம் நடந்து செல்கையில் அங்கே ஒரு கடை பூட்டியே கிடந்தது. ஏன். என்னவென்று?விசாரித்தால் தான் தெரிகிறது, அது ராசியில்லாத கடை என்று அனைவராலும் முத்திரை குத்தப்பட்ட கடை, யாரும் வரமாட்டார்கள் என்று அக்கம் பக்கத்தினர் கூறினார்கள். அந்த இடத்தின் முதலாளியிடம் குமார் கேட்டான் "நான் இங்கு கடை வைத்துக் கொள்ளலாமா? உங்களுக்கு என்னால் முடிந்த வாடகை தருகிறேன்" என்று அவன் முதலாளியிடம் பணிவான குரலில் கேட்டான். அந்த இடத்தின் முதலாளி உடனே குஷியாகி விட்டார், "எனக்கு வாடகை எல்லாம் வேணாம் ஒரு மாசம் நீ கடையை நடத்தி காட்டு உனக்கு ஒரு வருஷம் வாடகை இல்லாமல் தரேன் "என்று அவனுக்கு ஒரு ஆஃபர் குடிக்கிறார் அவனுக்கு தலை கால் புரியவில்லை உடனே அங்கு ஏதாவது ஒரு கடை வைத்தாக வேண்டும் என்று தனது மூளைக்கு-வேலை கொடுக்கிறான் குமார். குமார் தன்னிடம் இருக்கும் பணத்தை வைத்து சிறிது எவர்சில்வர் பாத்திரங்களையும், மரச்சாமான் பொருட்களையும் வாங்கி தனது கடை நிறைய அடுக்கி வைக்கிறான். பத்து நாள் கழிந்தது ஒரு வியாபாரம் கூட ஆகவில்லை. குமார் ஒரே யோசனையில் மூழ்க ஆரம்பித்தான், ஏன் நமக்கு வியாபாரம் போகவில்லை? என்று மூளையை தீட்டினான். உடனே தவணை முறையில் இங்கு பொருட்கள் கிடைக்கும் என்று ஒரு சிறிய போர்டில் எழுதி போட்டான் உடனே ஒரு நபர் வந்தார் எவ்வளவு பணம் தர வேண்டும் என்று கேட்க உடனே ஒரு ரூபாய் கொடுங்கள் ஐயா இப்போதே நீங்கள் இந்த பொருளை வீட்டுக்கு எடுத்துச் செல்லலாம் நான் வீடு தேடி வந்து மீதி தொகையை நான் பெற்றுக்கொள்கிறேன் என்று அவருக்கு ஆஃபர் கொடுக்கிறான் குமார். அந்தப் பொருளை வாங்கிய நபர் அக்கம்-பக்கம் வீட்டாருடன் இந்த ஆஃபரை பற்றி எடுத்துச் சொல்ல ஆரம்பித்தார். அங்கிருக்கும் அனைவரும் குமாரின் கடையை நாடி வர தொடங்கினார்கள். கடை வியாபாரம் சூடுபிடிக்க ஆரம்பித்தது இதை கண்ட கடையின் முதலாளி உனக்கு நான் சொன்னதைப் போல உனக்கு ஒரு

வருடத்திற்கு வாடகை இல்லை என்று அவனுக்கு ஊக்கமளிக்கும் வகையில் வாக்குறுதியை நிறைவேற்றுகிறான் கடையின் முதலாளி குமாருக்கு.

பஜாரை விட்டு வெளியேயிருந்த கடையை இப்போது பஜார் ஆக மாற்றி விட்டான் குமார். தொழிலில் அவ்வளவு நேர்மை, எந்நேரமும் தொழிலை எப்படி முன்னேற்றுவது? என்று தான் குமாரின் குறிக்கோளாக இருந்தது. அப்பொழுது அவன் தாய் தந்தையின் ஆசைக்காக அவன் திருமணம் செய்து கொள்ள வேண்டிய நிலைமை ஏற்பட்டது அவர்களின் ஆசையை நிறைவேற்றும் வகையில் அவனும் திருமணம் செய்து கொள்ள முடிவெடுக்கிறான். குமார் அவன் மனைவியிடம் சொல்கிறான் "நான் வாழ்க்கையில் நினைத்த இடத்தினைப் பிடிக்கும் வரை நீ சிக்கனமாகவும், பொறுப்பாகவும் இருக்க வேண்டும்" என்று தனது மனைவியிடம் கூறுகிறான். உங்கள் சந்தோஷம் என் சந்தோஷம் என்று அவன் மனைவியும் கடையில் சேர்ந்து பாடுபட தொடங்கினாள். இதற்காக சில வருடங்கள் கழித்து தான் அவர்களுக்கு குழந்தையே பிறந்தது. குமார் குழந்தைகள் வளர வளர அவனுக்கு செல்வங்களும் வளரத் தொடங்கியது. குமார் தனது சொந்த ஊரான புதுக்கோட்டையை தன்னால் முடிந்த அளவுக்கு உயர்த்த வேண்டும் என்னும் எண்ணத்தில் அவனால் முடிந்த உதவியை அப்பப்ப செய்துவர பழக்கமாக்கிக் கொண்டான் குமார். தனது சொந்த ஊர் மக்களுக்கு இலவச கழிப்பறைகள், இலவச நூலகம், இலவச மருத்துவம் என்று பல அடிப்படைத் தேவைகளை தனது சொந்த செலவில் இலவசமாக செய்து வந்தான் குமார். மக்கள் குமாரின் உதவியை ஏற்றுக் கொண்டு அவனை எப்படியாவது தனக்கான தலைவனாக கொண்டுவர எண்ணி வருகிற சட்டமன்ற தேர்தலில் எம்எல்ஏ பதவிக்கு நிற்கச்சொல்லி ஊர் மக்கள் அனைவரும் குமாரிடம் ஒரு வேண்டுகோள் இட்டார்கள். அந்த வேண்டுகோளை கேட்டு குமாரும் சட்டமன்றத் தேர்தலில் நின்று பெரும் வாக்கு வித்தியாசத்தில் வெற்றி அடைந்து மக்களுக்கு அனைத்து உதவிகளையும் செய்யத் தொடங்கினான். குமாருக்கு கடவுள் நம்பிக்கையும், ஜோதிட நம்பிக்கையும் இல்லாததால் எவருக்கும் எப்பொழுது வேணாலும் உதவி செய்ய ஓடோடி வருவான். மக்களிடம் பெரும் நற்பெயரை பெற்ற குமார் அடுத்த கட்டத்திற்கு வாழ்க்கையை தொடங்கினார். தனது வியாபாரத்தை தமிழகம் முழுவதும் எப்படியாவது செய்ய வேண்டும் என்று எண்ணி அனைத்து இடத்திலும் தனது

வியாபார முத்திரையை பதிவு செய்த குமார் இந்தியாவில் இருக்கும் அனைவரும் திரும்பிப் பார்க்கும் அளவில் தனது வியாபாரத்தில் தனி சாம்ராஜ்ஜியத்தை அமைத்தான்.

குமாரின் கடைசி காலம் பெரும் வருத்தத்துடன் முடிந்தது. தன்னைப் போல தனது பிள்ளைகளும் சாதனையாளர்களாக வர வேண்டும் என்று எண்ணி அவர்களுக்கு பல தொழில்களை வைத்துக் கொடுத்தான். ஆனால் அவர்களோ தொழிலை சரியாகப் பார்க்காமல் ஊரை சுற்றியதால் பல சரிவுகளை சந்திக்க நேரிட்டது. அதனால் குமாருக்கு மன உளைச்சலும், மன வேதனையும் உண்டானது. குமார் இதனால் தனது கடைசி காலங்களில் வேண்டாவெறுப்பாகவே வாழ்ந்து மறைந்தான்.

கரு: உழைத்தால் யார் வேணாலும் முன்னேறலாம், நேரம் காலம் எதுவும் தடையாக ஆகாது. நம் உழைப்பு தான் நம் உயர்வுக்கு வழி ஆகும்.

துணிச்சல் பாரதி

அகிலன் தேவி என்ற தம்பதியினருக்கு ஒரு பெண் குழந்தை பிறந்தது. அகிலன் தேவி இருவருமே தமிழ் பற்று அதிகம் கொண்டவர்கள் அதனால் அந்தப் பெண்மணிக்கு பாரதி என்று பெயர் சூட்டினார்கள். முப்பாட்டன் பாரதி எப்படி ஒரு பெண் இருக்க வேண்டும்?,எப்படி அவள் வளர வேண்டும்?, எப்படி அவள் படிக்க வேண்டும்? என்பதை சொன்னாரோ அதுபோல தனது பெண்ணையும் அப்படியெல்லாம் இருக்க வேண்டுமென்று அகிலனும் தேவியும் பிறந்த உடனே முடிவு செய்கிறார்கள்.

அகிலனுக்கும் தேவிக்கும் புத்தகம் என்றால் உயிர். சொல்லப்போனால், ஒரு நூலகத்தில் தான் இருவரும் சந்தித்தார்கள் அந்த சந்திப்பு திருமணத்தில் முடிந்தது அதனால் அவங்க வீட்டிலேயே ஒரு சின்ன நூலகம் அமைத்து கொண்டார்கள். தேவி தனது பெண் குழந்தையான பாரதிக்கு தேசத் தலைவர்களின் படங்களும் தமிழ்ப்பற்று தலைவர்களும் ,விடுதலை தலைவர்களையும் பற்றி கூறி அவளை சிறுவயதிலிருந்து தமிழ் பற்றுடனும், தேசிய பற்றுடனும் வளர்க்க தேவி பாரதிக்கு உதவினாள். அகிலனும் தேவியும் அரசு பள்ளியில் ஆசிரியராக இருந்ததால் தனது பெண் குழந்தையான பாரதியும் அரசுப் பள்ளியில்தான் படிக்க வேண்டுமென்று அவளை ஆரம்பத்திலிருந்தே அரசுப் பள்ளியில் படிக்க வைத்தார்கள். எந்த ஒரு போட்டி என்றாலும் முதல் ஆளாக பாரதி வந்து நின்று விடுவாள். பாரதி ஐந்தாம் வகுப்பு படிக்கும்போது தொடர்ந்து நூறு திருக்குறளை மூச்சுவிடாமல் சொல்லி முதல் பரிசை வாங்கி பள்ளியில் இருந்த அனைவரின் கவனத்தையும் ஈர்த்து மாபெரும் சாதனை படைத்தாள். பின்பு எட்டாம் வகுப்பு படிக்கும்போது பாரதி, பாரதியார் போலவே உடை பாவனை கற்றுக்கொண்டு அவர் போலவே கவிதை பாடல்களை அனைத்தையும் சிறந்த முறையில் தேசப்பற்று உணர்வுடன் மேடையில் நடித்து காட்டி ஊர் மக்கள் மனதில் நீங்கா இடத்தை பிடித்தாள் .பெண் பிள்ளை என்றால் இப்படித்தான் இருக்க வேண்டும் என்று அகிலனையும் தேவியையும்

மனமார வாழ்த்தினார்கள் ஊர் மக்கள்.

பாரதி பத்தாம் வகுப்பு படிக்கும்போது அவள் தாய் தந்தை இருவருக்கும் சிறந்த ஆசிரியருக்கான விருது சென்னையில் தருகிறார்கள் என்று அழைப்பு வந்தது. அந்த அழைப்பிதழை எடுத்துக்கொண்டு இருவரும் சென்னை சென்று சிறந்த ஆசிரியருக்கான விருதைப் பெற்றுக் கொண்டு வீடு திரும்பும்போது எதிர்பாராமல் ஒரு விபத்து ஏற்பட்டு விட்டது. அதனால் இருவரும் அந்த இடத்திலேயே இறந்து விடுகிறார்கள். பாரதிக்கு பத்தாம் வகுப்பு பொதுத்தேர்வு அதுவும் தமிழ் தேர்வு அது அவள் எப்படி எழுதுவாள் என்று ஊர்மக்கள் அய்யம் கொண்டார்கள். ஆனால் பாரதியோ மனம் தளராமல் தனது பெற்றோரின் இறுதி சடங்கை சிறிது நேரம் தள்ளி வைக்குமாறு கூறிவிட்டு தனது பொது தேர்வை எழுதிவிட்டு வந்து தனது தாய் தந்தைக்கு இறுதி சடங்கு சம்பிரதாயத்தை தனது கையாலே பாரதி செய்தால். இதை பார்த்த ஊர்மக்கள் அனைவரும் வியப்படைந்தார்கள். அவள் தனது தாய் தந்தை பிணத்தின் மீது சத்தியம் செய்கிறாள் "நான் ஒரு தலை சிறந்த பெண்மணியாக வருவேன், உங்கள் கனவை நினைவாக்குவேன்" என்றால் பாரதி.

தேவியின் உடன்பிறந்த தம்பி கரிகாலன், "பாரதியை பிள்ளைபோல வளர்க்கிறேன்" என்று பாரதிக்கு வாக்குறுதி கொடுத்து தனது வீட்டுக்கு கரிகாலன் அழைத்து செல்கிறான். அவன் தனக்கு வாழ்க்கையில் கல்யாணம் வேண்டாம் என்று முடிவு எடுக்கிறான். இதற்கு காரணம் பாரதியின் படிப்பும், எதிர்காலமும் அவளது சத்தியத்திற்காகவும் கரிகாலன் பாடுபடத் தொடங்குகிறான். பத்தாம் வகுப்பு பொதுத்தேர்வுக்கான முடிவு வந்தது, மாநிலத்தில் முதலிடத்தை பிடித்தாள் பாரதி. அதைக் கண்டு அனைவரும் பாராட்டு மழையில் நனைய வைத்தார்கள். ஆனால் அவளோ இதைப்பார்க்க நமது தாய் தந்தை இல்லை என்று வருத்தமடைந்தாள். பாரதியின் மதிப்பெண்ணை பார்த்து பல தனியார் பள்ளிகள் முன்வந்து இலவசமாக பிளஸ்-1, பிளஸ்-2 சீட்டை நாங்கள் தருகிறோம் என்று அவளிடம் ஆசை காட்டினார்கள். பாரதியை தனியார்

பள்ளிக்கு பல தாளாளர்கள் பேரம் பேசினார்கள். ஆனால் அவளோ தனது தாய் தந்தையின் ஆசைப்படி அரசுப் பள்ளியில்தான் படிக்க வேண்டும் என்று தனது முடிவை அவர்களிடம் கூறிவிட்டாள். பாரதி பிளஸ் ஒன்னில் உயிரியல் பிரிவு எடு "என்று பல ஆசிரியர்கள் அறிவுரை கூறினார்கள். ஆனால் பாரதிக்கு கணிதம், கணிணி பிரிவின் மீது ஆர்வம் இருந்தது. அதனால் பாரதி கணிணி பிரிவையே தேர்வு செய்தாள்.

இரண்டு வருடம் கடுமையாக படித்து நல்ல மதிப்பெண் பெற்று பிளஸ் 1, பிளஸ் டூவில் மாபெரும் சாதனை படைத்தாள் பாரதி. பாரதி தனது வாழ்க்கையின் அடுத்து பயணம் எப்படி இருக்க வேண்டும் என்று சிந்திக்க தொடங்கினாள். நாம் என்னவாக வேண்டும் என்று எண்ணினாள். இறுதியில் தனது மாமாவின் உதவியுடன் ஐஏஎஸ் அதிகாரியாக வேண்டும் என்று முடிவு செய்கிறாள், அதற்காக ஒரு டிகிரி போதும் என்று எண்ணினாள்.

பாரதி தனது கல்லூரி வாழ்க்கையை தொடங்க பி.ஏ (B.A) தமிழிலக்கியத்தை முடிவு செய்கிறாள். அதற்கேற்ப தமிழிலக்கியத்தை ரசனையுடனும்,மிக ஆர்வத்துடனும் கற்கத் தொடங்கினாள். நல்ல முறையில் பிஏ தமிழ் இலக்கியத்தை முடித்த பின் அரசு நூலகத்தில் I.A.S கனவினை எப்படி அடைவது என்பது குறித்த ஆலோசனை பெற்று அதற்கேற்ப இலவச நூல்களை தேடிச் சென்றாள். அதனால் அவளுக்கு இலவச ஆலோசனைகளும் கிடைத்தது. முதல் முயற்சியில் அவள் தோல்வி அடைகிறாள், இரண்டாம் முயற்சியில் நேர்முகத் தேர்வில் தோல்வி அடைகிறாள். ஒரு நாள் இரவு பாரதி தனது வீட்டு வாசற்படியில் நின்று கொண்டிருந்தாள் அப்பொழுது, ஒரு குடிகாரன் அவள்மீது இருசக்கரம் வாகனத்தில் வந்து மோதி விடுகிறான் அவள் சட்டென்று கோபம் அடைந்து அவனை திட்டினாள். அந்தத் தெருவில் உள்ள அனைவரும் அந்த குடிகாரனை பார்த்து ஏளனமாக சிரிக்கத் தொடங்கினார்கள். அந்த குடிகாரனுக்கு அது மிகவும் அசிங்கமாக போய்விட்டது. அவன் கோபத்தில் எழுந்து வந்து பாரதியின் முடியைப் பிடித்து அடிக்கத்

தொடங்கினான், அவளது ஆடைகளை கிழிக்க முயன்றான் உடனே அவளது மாமா கரிகாலன் அவளை காப்பாற்ற முயன்றான். துரதிஷ்டமாக கரிகாலனுக்கு பலத்த காயங்கள் ஏற்பட்டன அந்த குடிகாரன் மட்டும் விட்டுவிடாமல் தனது உறவினர்கள் அனைவரும் கூட்டி வந்து பாரதியின் வீட்டுமுன் பெரும் ரகளை செய்தான் பாவம் அவர்களை காப்பாற்ற யாரும் வரவில்லை. அவர்கள் இருவரும் என்ன செய்வது என்று தெரியாமல் காவல் நிலையத்தை நோக்கிச் சென்றார்கள் அங்குதான் அவர்கள் தஞ்சம் அடைந்தார்கள். சிறிது மன நிம்மதியும் அங்கு தான் கிடைத்தது. அப்பொழுது பாரதி முடிவு செய்கிறாள், தான் எப்படியாவது இந்த மாவட்டத்திற்கு ஐஏஎஸ் ஆபீஸராக வர வேண்டும் என்று முடிவு எடுக்கிறாள்.

ஒரு வருடம் இரவு பகல் பாராமல் படித்து பாரதி ஐஏஎஸ் தேர்வில் வெற்றி அடைகிறாள். தனது கனவை நனவாக்கி தனது சொந்த மாவட்டத்திற்கே ஐஏஎஸ் அதிகாரியாக வருகிறாள். தான் சிறு வயதிலும், பருவ வயதிலும் பட்ட கஷ்டங்கள் யாரும் படக்கூடாது என்று பெண்களுக்கு பல பாதுகாப்பு கல்விக்கான திட்டங்களை அம்மாவட்டத்தில் அதிரடியாக திட்டமிடுகிறாள் அதைப் பார்த்த பிற மாவட்ட அதிகாரிகளும் பாராட்டி அதை பின் தொடர்கிறார்கள் மன நிம்மதி அடைகிறாள். தனது அக்கா மாமா இருவரும் நினைத்தது போல் அவர்களது மகள் சிறந்த பெண்மணியாக இந்த சமுதாயத்தில் விளங்குகிறாள் என்று கரிகாலன் பெருமகிழ்ச்சியடைகிறான்.

கரு : ஒரு பெண்மணி நினைத்தால் எதுவும் சாதிக்க முடியும் என்று நாம் எடுத்துக் கொள்ளலாம் .

அரைகுறை

கந்தன் வள்ளி என்ற தம்பதியினருக்கு வெகு ஆண்டுகளாக குழந்தையில்லாமல் இருந்தது. அப்பொழுது அவர்களுக்கு முருகனின் அருளால் ஒரு குழந்தை பிறந்தது. அக்குழந்தைக்கு மயில்சாமி என்று பெயர் சூட்டினார்கள். அந்த குழந்தை வாழ்க்கையில் அனைத்து இன்பத்தையும் அனுபவிக்க வேண்டும் என்று கந்தனும் வள்ளியும் ஆசைப்பட்டு அதற்கு அனைத்து வசதிகளும் செய்து கொடுக்க ஆரம்பித்தார்கள். மயில் சாமி ஊரில் உள்ள பெரும் செல்வந்தர்கள் படிக்கும் பள்ளியில் தான் பள்ளிப்படிப்பை ஆரம்பித்தான். மயில்சாமியின் ஆசிரியர் அவனை திட்டினாலோ அல்லது உதைத்தாலோ அவன் அப்படியே வந்து தனது தந்தையிடம் கூறி ஆசிரியர்களை பழிவாங்க வேண்டுமென்று அவன் தந்தையை வற்புறுத்தி பள்ளிக்கு கூட்டி செல்வான் மயில்சாமி. மயில்சாமியின் ஆசையை கண்மூடித்தனமாக கந்தன் நிறைவேற்றுவான். கந்தனுக்கு மகனின் படிப்பு பாதிக்கும் என்று தெரிந்தும் அவனது மகன் பாசமே அவன் கண்ணையும் அறிவையும் மறைக்க தொடங்கியது. இதுவே மயில்சாமியின் ஆரம்ப காலத்து ஆசைகளை தூண்டும் விதமாக ஆரம்பித்தது, இதுவே நாளடைவில் அவனின் பேராசைகளையும் தூண்ட ஆரம்பித்தது.

மயில்சாமி க்கு 16 வயது எட்டியது அப்பொழுது அவன் சரியாக பத்தாம் வகுப்பு படிக்கத் தொடங்கினான் அவனுக்கு சரியாக படிப்பு வரவில்லை அதனால் ஆட்டம் பாட்டம் என பள்ளி நாட்களை கடந்து விட்டான்.தேர்வு வரும் நேரங்களில் அவனுக்கு சிறிது உடல்நிலை பாதிக்கப்பட்டது. அப்போது அவனிடம் தீய நண்பர்கள் ஒரு சில அறிவுரைகள் கூறினார்கள், "எப்படியாவது பிட்டு அடித்து(copy) பாஸ் ஆகி விடாம" என்று மயில்சாமியிடம் ஒரு நண்பன் யோசனைக் கொடுக்க அந்த யோசனையை தனது தந்தையிடம் மயில்சாமி கூற கந்தனும் அதற்கு உறுதுணையாக இருக்க திட்டமிடத் தொடங்கினாரகள். கந்தனும் எந்தெந்த துறை

ஆசிரியரகளைப் பார்த்து பணம் செலுத்த வேண்டுமோ அவர்களுக்கு பணம் கொடுத்து தனது மகனுக்கு தேர்வுக்கு பிட்டை ரெடி பண்ணி கொடுத்து பாசாக திட்டமிட்டது அவனுக்கு கை கொடுக்க தொடங்கியது அதில் மயில்சாமி நல்ல மதிப்பெண்பெற்றான்.

மயில்சாமிக்கு ஒரு திமிர் வந்தது பணம் இருந்தால் எதுவேண்டுமானாலும் அடைந்துவிடலாம். மயில்சாமி இனிமேல் நமக்கு பள்ளிப் படிப்பு வேண்டாம் என்று முடிவு செய்து டிப்ளமோ கல்லூரியை நாடிச் சென்றான் அங்கு சென்றால் முழுவதும் கணக்கு பாடம். அதனைப் பார்த்ததும் அச்சம் அடைகிறான். அவனுக்கு அங்கு ஆசிரியர்கள் சொல்லிக் கொடுக்கும் பாடம் அனைத்தும் சிரமமாகவும், புரிந்து கொள்ள முடியாத அளவுக்கும் பாடங்கள் இருந்தன. அதனால் எனக்கு இது தேவையில்லை என்று முடிவு செய்து பதினொன்றாம் வகுப்பில் சேரலாம் என்று மீண்டும் பள்ளியை தேடிச் செல்கிறான். இதிலிருந்து அரைகுறையான முடிவுகளை மயில்சாமி எடுக்க ஆரம்பிக்கிறான்.

பதினோராம் வகுப்பு மிகவும் இன்பத்துடனும், நண்பர்களுடன் ஊர் சுற்றுவதற்கும் ஆசைப்பட்டு தனது தந்தையிடம் நச்சு செய்து மயில்சாமி ஒரு விலை உயர்ந்த இருசக்கர வாகனத்தை வாங்கினான். அதில் இரவு முழுவதும் ஊரை சுற்றி விட்டு பகலில் மிகவும் லேட்டாக எழத் தொடங்கினான். மயில்சாமி இதனால் பல நாள் பள்ளிகளுக்கு செல்ல தாமதமாகிவிட்டது. இருந்தும் கூட, ஒரு சில நாள் விடுப்பு கூட எடுக்க ஆரம்பித்தான் மயில்சாமி. இப்படியே சில மாதங்கள் கழிந்தன பள்ளியில் பன்னிரண்டாம் வகுப்பு பாடங்கள் எடுக்கத் தொடங்கிய உடன் ஆசிரியர்கள் அனைத்து மாணவர்களையும் கண்டிப்பாக ஒரு நாள் கூட விடுப்பு எடுக்கக் கூடாது என்று கட்டுக்கோப்புடன் அறிவுரை கூறி அனைவரையும் பள்ளிக்கு வர அறிவுரை கூறினார்கள். அதையும் மீறி மயில்சாமி, மாதத்தில் 4 முதல் 6 நாட்களாவது விடுப்பு(leave)எடுக்கத் தொடங்கினான்.

மயில்சாமியின் புதிய தமிழ் வாத்தியார் அவனைப் பற்றி தெரியாமல் ஏன் அடிக்கடி பள்ளிக்கு விடுப்பு எடுக்கிறாய்? என்று கேட்டு அவனை கன்னத்தில் பளார் பளார் என்று நான்கு அறை விட்டார். அனைத்து மாணவர்களும் அதைப் பார்த்து சிரித்து விட்டார்கள் மயில்சாமி கோபம் அடைந்தான். மாலையில் வீட்டுக்கு சென்றவுடன் தனது தந்தையிடம் நடந்தவற்றை கூறினான். கந்தனும் இதைக் கேட்டவுடன் மிகவும் கோபமும், வருத்தமும் பட்டான். உடனே, தன்னிடம் வேலை பார்க்கும் நான்கு நபர்களை அழைத்துக் கொண்டு பள்ளிக்குச் சென்றான். அந்த தமிழ் வாத்தியை நான் இப்பொழுதே அடிக்க வேண்டும் என்று முதல்வரிடம் சண்டையிட்டான் கந்தன். முதல்வரோ! "கோபப்பட வேண்டாம்" சார் என்று கந்தனை அமைதிப்படுத்தினார். பிறகு தமிழ் வாத்தியாரை கூட்டி வந்து மன்னிப்பு கேட்க வைத்தார் பள்ளியின் முதல்வர். சில மாதங்கள் கழிந்தன ஆசிரியர் யாரும் மயில்சாமியை தொந்தரவு செய்யவில்லை. அவன் இஷ்டம்போல் பள்ளிக்கு ஒரு நாள் வருவான், மறுநாள் விடுப்பு எடுப்பான். இப்படியே நாட்கள் கழிந்தன, பன்னிரண்டாம் வகுப்பு பொது தேர்வு வந்தது. அப்போது ஆசிரியர்கள் யாரும் அவனுக்கு உதவக்கூடாது என்று கூட்டாக முடிவு செய்தார்கள். இதற்கு முதல்வரும் ஒத்துழைப்பு கொடுத்ததால் அவன் பொதுத் தேர்வில் தேர்ச்சி பெறவில்லை. கந்தன் தனது மகனின் தேர்வு முடிவை நினைத்து மனமுடைந்து போனான். ஆனால், மயில்சாமி அதைப் பற்றி கண்டுகொள்ளாமல் "எப்படியாவது லஞ்சம் கொடுத்து என்னை நீ பாஸ் பண்ண வைக்க வேண்டும்" என்று கந்தனை தொந்தரவு செய்தான் மயில்சாமி. இதற்கு இடையில் மயில்சாமியின் ஒரு நண்பன் போலி சர்டிபிகேட் அடித்து நாம் லாபம் அடையலாம் தேர்வு எழுதாமல் பாஸ் அடைந்துவிடலாம் என்று ஒரு தப்பான யோசனையை அவனுக்குக் கொடுத்தான். அதற்கேற்ப அவனும் போலி சர்டிபிகேட் அடிக்கும் நபரை தேடி சென்றான். அதன் விளைவோ மிகவும் மட்டமான முறையில் தரமில்லா போலி சான்றுகளை அடித்து கொடுப்பவனிடம் மயில்சாமி மாட்டிக்கொண்டான். அவனிடம் ஒரு சில ஆயிரம் பணத்தை பெற்று கொண்டு அந்த நபர் கலர் ஜெராக்ஸ் எடுத்துக்

கொடுத்துவிட்டு மாயமாகி விட்டான். மயில்சாமி இவனிடம் ஏமாந்தது மனதை ரொம்பவே பாதிப்பு அடையச் செய்தது. இதைப் பார்த்த அவனது தந்தை, மகனின் மனதை மாற்ற வேண்டும் என்று அவனுக்கு ஒரு சில ஹாலிவுட் படங்களின் சிடியை வாங்கிக் கொடுத்து இதைப் பார்த்து மனதை மாற்றிக் கொள் என்று அவனுக்கு அறிவுரை கூறினான். மயில்சாமியும் இரவு பகல் என்று பாராமல் அனைத்து படங்களையும் பார்த்து தீர்த்தான. அப்பொழுது அவன் மனதில் இன்னொரு எண்ணமும் உருவாகியது "ஏன் நாம் சினிமாவில் நடிக்கக் கூடாது?" என்ற எண்ணம் வந்தது, அதுவும் நடித்தால் ஹீரோவாக நடிக்க வேண்டும் என்று முடிவெடுக்கிறான் மயில்சாமி.

கந்தனிடம் மயில்சாமி தனது சினிமா எண்ணம் பற்றி எடுத்துக் கூறுகிறான். அதற்காக எந்த கல்லூரியில் படிக்கலாம் என்று மயில்சாமியிடம் கந்தன் கேட்கிறான். அதற்கு மயில்சாமி கூறுகிறான், "சென்னையில் சேர்ந்து தான் படிக்க வேண்டும்" என்று அவன் தந்தையிடம் மயில்சாமி கூறுகிறான். கந்தன் உன் விருப்பம் போல் செய் என்று அவனுக்கு ஊக்கம் அளிக்கிறான். மயில்சாமி இதைப்பற்றி விரிவாக ஒரு சிலரிடம் கேட்கிறான் எந்த கல்லூரியில் சேர்ந்து படிக்கலாம் அல்லது எந்த இன்ஸ்டியூட்டில் சேரலாம் என்று அட்வைஸ் கேட்க ஒரு சிலர் அவனிடம் பணம் பறிக்க ஒரு போலியான இன்ஸ்டியூட் டை கைக்காட்டி நீ பெரிய நடிகனாக வரலாம் என்று அவனுக்கு ஆசை வார்த்தை காட்டி அவனை அந்த இன்ஸ்டியூட்டில் அட்மிஷன் போட ஒரு சில லட்சங்கள் ஆகும் என்று சொல்லி அவனிடம் பணத்தை வாங்குகிறார்கள். பின்பு அந்த இன்ஸ்டியூட்டில் இரண்டு வருடங்கள் படித்த பின்பே தெரிந்தது அது ஒன்றுக்கும் உதவாத போலியான இன்ஸ்டியூட் என்று அதனால் அவன் பணம் ஏமாந்தும் இரண்டு வருடங்கள் வீணாகப் போனது தான் மிச்சம் மயில்சாமி மீண்டும் ஒரு அரைகுறையான முடிவால் வந்த வினை இது தான்.

மயில்சாமியின் வாழ்க்கை கேள்விக்குறி ஆகி விடக்கூடாது என்று கந்தன் தனது மகனுக்கு ஒரு சொந்த தொழிலை வைத்து கொடுக்கலாம் என்று எண்ணம் கொண்டான். அதனால் தனது மகனுக்கு மிக பிரமாண்டமான ஒரு செல்போன்(cell phone) ஷோரூம் வைத்துவிடலாம் என்று முடிவெடுக்கிறான். இதற்காக கந்தன் 10 லட்ச ரூபாய் முதலீட்டில் கடையை வைத்து கொடுக்கிறான். ஒரு சில மாதங்களில் நல்ல வருமானத்தை ஈட்டிக் கொடுத்தது அந்த கடை. நாளடைவில் மயில்சாமி அதிக நட்பு வட்டாரங்கள் கூடத் தொடங்கியது அவர்களுக்கு இவன் கடனாக ஒரு சில முறை போனுக்கு ரீசார்ஜ் செய்ய தொடங்கினான். எந்த பணமும் வந்து சேரவில்லை பிறகு தவணை முறையில் செல்போன்களை விற்கத் தொடங்கினான். யாரும் தவணையை ஒழுங்காகக் கட்டவும் இல்லை போன்களையும் மீண்டும் வாங்க முடியாமலும் மயில்சாமி திணறி விட்டான். அப்பொழுது மயில்சாமி உணரத் தொடங்கினான் தனது அரைகுறை எண்ணமும் அறிவும்தான் தம்மை இவ்வளவு பெரிய ஏமாற்றத்தையும் நஷ்டத்தையும் அடைய வைத்தது என்று உணரத் தொடங்கினான்.

கரு :

நாம் வாழ்க்கையில் எந்த ஒரு செயலைத் தொடங்கினாலும் அது நல்லதா தீயதா என்று ஆராய்ந்த பின்பே அதை தொடங்க வேண்டும் என்று இக்கதை நமக்கு உணர்த்துகிறது.

நண்பனின் துரோகம்

நண்பன், அனைவருக்கும் வாழ்க்கையில் ஒரு அங்கமாக இருக்கும் ஒரு உறவு இந்த உறவு. இது நம் வாழ்க்கையை உயர்த்தவும் செய்யும், தாழ்த்தவும் செய்யும். அப்படி ஒரு நட்பினைப் பற்றி தான் இக்கதையில் நாம் பார்க்கப் போகிறோம்.

வெற்றி ஒரு கிராமப்புறத்தில், ஏழ்மையான குடும்பத்தில் பிறந்து வளர்ந்த பையன். இவன் உடன்பிறந்த இரண்டு அண்ணன்களுடனும், தாய் தந்தையுடனும் தனது கிராமத்தில் இன்பமாக வசித்து கொண்டு தனது பள்ளிப்படிப்பை முடித்து விட்டான்.

வெற்றி தனது 12ஆம் வகுப்பு பொதுத்தேர்வில் மிகவும் கம்மியான மதிப்பெண் பெற்றதால் தனது கிராமப்புறத்தில் உள்ள ஒரு கல்லூரியில் சேரும் சூழ்நிலை ஆகிவிட்டது. அந்தக் கல்லூரியில் பல தரப்பு மாணவர்கள் வந்து படிக்கும் கல்லூரியாக இருந்தது.அதில் கல்லூரி வாழ்க்கையை தொடங்கிய அவனுக்கு கல்லூரி நண்பர்கள் மிகவும் கம்மியாகவே இருந்தார்கள். ஏனென்றால், வெற்றி தனது கல்லூரி நாட்களைப் பெரும்பாலும் புகை பிடித்துக் கொண்டு கழிப்பான். அவனுக்கு பிறகு அரசியல் ஆசை உண்டானது. அதனால், நாம் சமுதாயத்திற்கு ஏதாவது செய்ய வேண்டும் என்னும் எண்ணம் அவனுள் வளரத் தொடங்கியது. வெற்றியின் பள்ளி நண்பன் ஒருவன் அந்தக் கல்லூரியிலேயே படித்தான். அவனுக்கு "வெற்றி பள்ளியில் இருப்பதைப்போல கல்லூரியில் ஏன் இல்லை?" என்று அப்பப்ப சிறு சந்தேகம் வர தொடங்கியது. வெற்றியின் மனம் சிறிது பாதிப்பாகத் தொடங்கியது.அப்பொழுது வகுப்பில் இருக்கும் சக மாணவர்கள் அவனை கிண்டலும் கேலியும் செய்ய தொடங்க ஆரம்பித்தார்கள். அவர்களை எதிர்த்துப் பேசி முறையான பதில் கொடுக்க முடியாமல் மிகவும் தடுமாற்றம் அடைந்தான். அந்த சமயத்தில் அவனுக்கு முருகன், அன்பு ஆகிய இருவரும் அரவணைத்து அவனிடம் நட்பை வளர்த்துக் கொண்டார்கள். இருந்தாலும், பிற மாணவர்கள் அவனை கேலி செய்ததால் கல்லூரிக்கு

பாதி நாட்கள் வராமலேயே கல்லூரி வாழ்க்கையை முடித்துக் கொண்டான் வெற்றி.

வெற்றி கல்லூரிப் படிப்பை முடித்துவிட்டு எந்த ஒரு வேலைக்கும் செல்லாமல் தனது சொந்த ஊருக்கு பொது சேவை செய்ய முடிவெடுக்கிறான். அதற்காக தனது கல்லூரி நண்பனாகிய முருகனையும், அன்பையும் அழைத்து தனது முடிவை சொல்கிறான். அவர்களும் தங்களால் முடிந்த உதவிகளைச் செய்கிறோம் என்று அவனுக்கு பக்கபலமாக உதவி செய்கிறார்கள். அந்த கிராமத்தில் உள்ள ஏழை எளிய மக்களுக்கு இலவசமாக அடிப்படை வசதிகளை அவன் தன் நண்பர்களுடன் நல்ல முறையில் செய்ய தொடங்குகிறான். இப்படியே வருடங்கள் கழிந்தன, வெற்றியின் மனநிலை மாற தொடங்கியது. "ஏன் இவர்களை வைத்தே நாம் அரசியலில் நுழைந்து விடக்கூடாது?" என்று சிந்தனை மாறுகிறது .

தன்னைப்பற்றி அரசியல் பேச வேண்டும் என்பதற்காக ஒரு முடிவு எடுக்கிறான் எந்த உதவி செய்ய போனாலும் தனது பெயரே முதலில் வரவேண்டும், தனது புகைப்படம் விளம்பரத்தில் வர வேண்டும் என்று யோசனை செய்து அனைத்தையும் கச்சிதமாக செய்ய தொடங்கினான். அது போலவே நடந்து கொண்டிருந்தது. ஒரு கட்டத்தில் வெற்றியும் நெருங்கிய உறவினருமான ராஜ் இதை அறிந்துக் கொண்டான். " வெற்றி உண்மையிலேயே நமது நண்பன், மக்களுக்காக போராடுகிறான், அவனுக்காக நாம் உயிரையும் கொடுக்க வேண்டும்" என்ற எண்ணத்தில் பிறருக்கு உதவி தேவைபட்டால் தன் உயிரை பணையம் வைத்து கூட செய்ய முடிவெடுக்கிறான் முருகன். ஒரு கட்டத்தில் உதவி செய்வதே அவனுக்கு போதை ஆகிவிட்டது. முருகனும் தற்போது அரசியலுக்கு வர வேண்டும் என்று எண்ணுகிறான். முருகனும், அன்பும் ஒருநாள் வெற்றியை நேரில் பார்க்கச் சென்றார்கள். அவனிடம் நேரடியாக கேட்டார்கள் "நீ அரசியலுக்கு வரவேண்டும் என்பதால் தான் மக்களுக்கு உதவி செய்வதுபோல் நடித்துக் கொண்டு இருக்கிறாயா?" என்று கேட்டார்கள். அதற்கு வெற்றி, "இல்லை நான் என் வாழ்க்கை முழுவதும் பிறருக்கு என ஒதுக்கி, தனிக் கொள்கையை கடைபிடித்து வருகிறேன். அரசியலுக்கு ஒருபோதும் நான் வரமாட்டேன் "என்று ஆணித்தரமான குரலில் கூறினான்.

ஆனால் முருகனுக்கும், அன்புக்கும் சிறிதும் சந்தேகம் வராதபடியே வெற்றியின் பேச்சு இருந்தது.

இனி நம் நண்பனை சந்தேகப்படக் கூடாது என்று முருகனும், அன்பும் முடிவு செய்தார்கள். வழக்கம்போல் வெற்றிக்கு தேவையான உதவிகளையும், பொதுமக்களுக்கு தேவையான உதவிகளையும் செய்யத் தொடங்கினார்கள். ஒரு கட்டத்தில் முருகன் பொது மக்களுக்கு நேரடியாக உதவி செய்ய முடியாததால் தன்னால் முடிந்த பண உதவி, பொருள் உதவியை வெற்றியிடம் கொடுத்து இதை ஊர் மக்களுக்கு செய்துவிடு என்று சொன்னதை தன் சுயநலத்திற்காக செய்யத் தொடங்கினான் வெற்றி. இப்படியே சில வருடங்கள் கழிந்தன. சில நாட்களில் உள்ளாட்சித்தேர்தல் வந்தது. அப்பொழுது வெற்றி வேட்புமனுவை தாக்கல் செய்ததை செய்தி வாயிலாக அன்பும், முருகனும் பார்த்து மிகவும் அதிர்ச்சி அடைந்தார்கள். அவனை உடனே தொலைபேசியில் தொடர்பு கொண்டார்கள். வெற்றி அவர்களது அழைப்பை எடுக்கவில்லை. அப்போதுதான் இருவருக்கும் புரிந்து போனது வெற்றி தனது அரசியல் ஆசைக்காக நெருங்கிய நண்பர்களுக்கு துரோகம் செய்துவிட்டான் என்று . "அப்பவே அடிப்பவன் ரவுடி ஆறப்போட்டு அடிப்பவன் அரசியல்வாதி" என்ற பழமொழிக்கேற்ப வெற்றி இவர்களை வைத்து தனது அரசியல் பயணத்தை உயர்த்திக் கொண்டான்.

வெற்றி அரசியல் பிரச்சாரத்தை தொடங்கினான். ஆனால், அவனுடன் இருந்த சீனியர் அரசியல்வாதிகளும் அரசியல் உள்குத்து இருந்ததின் காரணமாக இவனுக்கு வரவேண்டிய கணிசமான ஓட்டுகளை கூட சிதறடிக்க அரசியல் சாணக்கியர்கள் திட்டமிட்டு அதில் வெற்றி பெற்றார்கள். வெற்றியோ அரசியலில் படுதோல்வி அடைகிறான். வெற்றி தோல்வி அடைந்த பிறகுதான் சிந்திக்க தொடங்கினான். "நம் எண்ணம் போல் தான் வாழ்க்கை" என்று அவன் உணரத் தொடங்கினான்.

கரு :நாம் பிறருக்கு என்ன செய்ய நினைக்கிறோமோ அதுவே நமக்கும் வந்து சேரும்.

மு.சண்முகசுந்தரம்

ஷார்ட்கட் (short cut)

ராமநாதபுரம் மாவட்டம் கமுதியில் ராஜா ராசாத்தி என்னும் தம்பதியினருக்கு தேவா என்னும் ஒரு ஆண்மகன் பிறந்தான். அவன் பள்ளிப் படிப்பில் மிகவும் ஆர்வத்துடன் இருந்தான். அங்கு அனைத்து தேர்வுகளிலும் முதல் மதிப்பெண் பெற்று வந்தான். தேவா பத்தாம் வகுப்பில் மாவட்டத்தில் முதலிடமும், மாநிலத்தில் இரண்டாம் இடம் பெற்றதால் அவனுக்கு பல தனியார் பள்ளியில் இருந்து பிளஸ்-1, பிளஸ்-2 படிப்பதற்கு இலவசமாக கல்வி தருகிறோம் என்று அழைத்தார்கள். ஆனால், அவன் தன்னை உருவாக்கிய அரசு பள்ளியில் தான் மீண்டும் படிப்பேன் என்று முடிவெடுத்து அதே பள்ளியில் பிளஸ் 2வில் மீண்டும் மாவட்டத்தில் முதலிடம் பெறுகிறான்.

பிறகு கல்லூரியைத் தேர்வு செய்கிறான். அவனுக்கு கட் ஆப் மார்க் குறைவானதால் அவனால் அவன் தேர்வு செய்தக் கல்லூரியில் படிக்க முடியாமல் போனது. பிறகு அரசு கல்லூரியில் தான் அவனுக்கு இடம் கிடைத்தது அதுவும் கலை மற்றும் அறிவியல் கல்லூரியில் தான் அவன் படிக்கும் நிலைமை நேர்ந்தது. தேவா சிறிதும் மனம் தளர்ந்து போகாமல் அதில் நல்ல முறையில் கவனம் செலுத்தி பல்கலைக்கழக தரவரிசையில் இடம் பெறுகிறான்.

படிப்பை முடித்துவிட்டு சென்னை நோக்கி வாழ்க்கையைத் தொடர ஆரம்பித்தான். அங்கு அவன் தகுதிக்கேற்ப வேலை கிடைத்தது. ஆனால், அவன் வேலைக்கேற்ற சம்பளம் அவனது முதலாளி கொடுக்காமல் அவர்களை சுரண்டி எடுப்பதை அவன் அறியத் தொடங்கினான். அதை அறிந்ததும் அவன் அந்த வேலையை விட்டு பெரும் சம்பளம் தரும் கம்பெனியை நோக்கி சென்றுகொண்டிருந்தான். அப்பொழுது அவனுக்கு ஒரு அறிமுகம் இல்லாத நபரிடம் பேசவும், பழகவும் வாய்ப்பு கிடைத்தது. அவனின் பெயர் பாண்டியன், பாண்டியன் ஒரு முக்கியஸ்தரின் மகன், அவன் தனது டிகிரி சர்டிபிகேட் போலியாக தயார் செய்யச் சொல்லி அதை வாங்க சென்று கொண்டிருந்தான். அப்பொழுதுதான் தேவாவை பார்த்தான். பாண்டியனுக்கு சிறிது வண்டி பழுதாகிப் போனது. அப்பொழுது, தேவா அவனுக்கு உதவி செய்தான் அதை பாண்டியன் பெரிதெனக் கருதி தேவாவிடம் அவனின் பல ரகசியங்களைக் கூறத் தொடங்கினான். அதில் ஒன்று தான்

அந்த ரகசியம் தான் போலி சர்டிபிகேட்.

தேவா அவனுடன் நெருங்கி பழக ஆரம்பித்தான். எப்படி டூப்ளிகேட் சர்டிபிகேட் அடிக்க வேண்டும்?, அதை எப்படி விநியோகம் செய்யவேண்டும்?, எப்படி பிறரிடம் பணம் பெற்றுக்கொள்ள வேண்டும்?, எப்படி யார் யாரிடம் கமிஷன் கொடுத்து கமிஷன் வாங்குவது?, என்று A to Z அனைத்து ரகசியங்களும், தொழில் நுட்பங்களும் பாண்டியன் மூலமாகவே தேவா கற்றுக்கொண்டான்.

தேவா சிறிது காலம் பாண்டியனுக்கு கீழே வேலை பார்த்துக் கொண்டிருந்தான். பிறகு, தானாகவே ஒரு சென்டரை வைத்து பெருமளவில் டுப்ளிகேட் டிகிரி சர்டிபிகேட் அடிக்கும் நிறுவனத்தை ஆரம்பித்தான் . பொதுமக்களிடம் பெரும் வரவேற்பு பெற்றது அவனது நிறுவனம். பிறகு மருத்துவம், இன்ஜினியர் போன்ற படிப்புகளுக்கும் சர்டிபிகேட் அடிக்க ஆரம்பித்தான். அதுவும் நல்ல அமோகமாக மக்களிடம் வரவேற்பு பெற்றது. பிறகு அவன் கல்பனா என்னும் பெண்ணைப் பார்த்து திருமணம் செய்து கொள்கிறான். அவனது வாழ்க்கையில் அவனை உச்சத்தில் உட்கார வைத்தது அந்த டுப்ளிகேட் டிகிரி சான்றிதழ் தொழில்.

சுமார் இருபது வருடங்கள் கழித்து இதன் பின்விளைவு ஆரம்பிக்க தொடங்கியது. எங்கு பார்த்தாலும் போலியான மருத்துவர்கள், எங்கு பார்த்தாலும் தரமில்லாத இன்ஜினியர்கள் உருவாகி விட்டார்கள், அவர்கள் பொது சேவைகளுக்கும் பழக ஆரம்பித்தார்கள். உதாரணத்திற்கு பெரும் பெரும் பாலங்களை கட்ட அந்த போலி இன்ஜினியர்கள் வரத்தொடங்கினார்கள் இதனால் பல பாலங்கள் உடைந்து சேதம் ஆகத் தொடங்கியது, இதனால் பல உயிர்களும் சேதமடைந்தது அதில் ஒரு சிலர் தப்பிப்பதற்காக மருத்துவமனைக்கு வந்தால் அங்கும் போலி மருத்துவர்கள் ஆகவே இருந்ததால் மக்கள் பெருமளவில் உயிரை இழக்க நேரிட்டது.

இதனை கண்டுபிடிக்க ஒரு சிறப்பு அதிகாரியை தமிழக அரசு நியமித்தது அவரின் பெயர் துரைசிங்கம் ஐபிஎஸ். அவர் சில கட்டிடங்களை ஆய்வு செய்கிறார்.அந்த ஆய்வுகளில் தரமற்ற சிமெண்ட், செங்கல் வைத்து தான் கட்டிடங்கள் கட்டியிருக்கிறார்கள் என்று அவர்

கண்டுபிடிக்கிறார். பிறகு அதை கட்டிய இன்ஜினியர் யார் என்று கண்டுபிடிக்கிறார் பிறகு அந்த இன்ஜினியரை குறுக்கு விசாரணை செய்த பிறகு தான் தெரிகிறது அவர் பன்னிரண்டாம் வகுப்பு கூட தேர்ச்சி பெறாத ஒரு நபர் என்று. பிறகு எப்படி நீங்க இன்ஜினியர் ஆனிங்க என்று விசாரித்த போது ஒரு நபரை காட்டுகிறான் அவனைப் பிடித்து விசாரித்தால் அவன் வேறு ஒரு நபரை காட்டுகிறான். நாட்கள் செல்லச் செல்ல பல மாவட்டங்களிலும்,பல மாநிலத்திலும் இதுபோல் பாலங்கள் சேதமடைந்ததும், பலர் தவறான சிகிச்சையால் உயிர் இழந்ததும் நாளுக்கு நாள் வெளியில் தெரியத் தொடங்கியது. இதற்கு காரணம் யார்? என்று குழப்பம் நேரிட்டது. துரைசிங்கம் இதற்கு காரணமானவர்கள் அனைவரையும் ஒரே இடத்தில் வைத்து விசாரித்தபோதுதான் இவர்கள் அனைவரும் ஒரே யுனிவர்சிட்டியில் படித்ததாக சான்றிதழ் வைத்திருப்பது தெரிய வருகிறது. இதற்கெல்லாம் காரணம் யார்? என்று அவன் விசாரித்ததில் தெரிய வந்தது தேவா தான் இதற்கு ஆணிவேராக இருந்திருக்கிறான் என்று. தேவாவிடம் அவன் விசாரித்தான் ஆனால், அவனுக்கு எந்த ஒரு சாட்சியமும் தென்படவில்லை. இதனால் துரைசிங்கம் மிகவும் மன உளைச்சலுக்கு ஆளானான்.

தேவாவுக்கு கல்பனா என்றால் உயிர். ஆனால், இருவருக்கும் பல வருடங்களாக குழந்தைகள் ஏதும் இல்லை. அதனால் அவர்கள் குடும்ப வாழ்க்கை மிகவும் சோகத்தில் தான் இருந்தது. இதை அறிந்துகொண்ட துரைசிங்கம் கல்பனாவை சென்டிமென்டாக பேசி அவனிடம் இருக்கும் ரகசியத்தை எப்படியாவது அடைந்து விடலாம் என்று கல்பனாவிடம் அன்பாக குழந்தையைப் பற்றி பேசி அவளிடம் அனைத்து ரகசியங்களையும் பெற்றுக்கொண்டான் . தேவாவை கைது செய்த பிறகு அவனை விசாரிக்கும் போது, ஒரு பிளர்ஷ்பேக் கதையைச் சொல்லத் தொடங்கினான். நான் படித்து முடித்த காலத்தில் என்னை இந்த சமுதாயம் நிறைய வேலை வாங்கி விட்டு சிறிது சம்பளமே தந்தது. என்னை ஏமாற்றிய இந்த சமுதாயத்தை நான் ஏமாற்றக் கூடாதா? என்று முடிவெடுத்தேன், அதற்காக தான் நான் போலிச் சான்றிதழை அடித்து விற்கத் தொடங்கினேன். நான் நேர்மையான முறையில் படித்து சான்றிதழ் வாங்கியும் இந்த சமுதாயம் என்னை நேர்மையானவனாக ஆக்கவில்லை, தவறான வழியில் தான் கொண்டு சென்றது. அந்த தவறான வழி எனக்கு நிறைய பணம் கொடுத்தது,

அதுவே எனக்கு போதையாகிவிட்டது. அதுவே நான் திரும்பத் திரும்ப தவறு செய்யும் ஆர்வத்தை ஊட்டியது என்று தேவா துரை சிங்கத்திடம் வாக்குமூலம் கொடுத்தான்.

தேவா தனது அனைத்து தவறுகளையும் ஒப்புக் கொண்டு பிறகு நீதிமன்றத்தில் தூக்கு தண்டனையும் பெற்றான். அவனது கடைசி ஆசை என்னவென்று துரைசிங்கம் தேவாவிடம் கேட்டான் எனது கடைசி சிறிது நிமிடப் பேச்சு தொலைக்காட்சியில் நேரடியாக ஒளிபரப்ப வேண்டும் பிறகு என்னை தூக்கு மேடையில் அனைவரும் பார்க்கும்படி தூக்கிலிடுங்கள் என்று வேண்டுகோள்விடுத்தான். அதை துரைசிங்கம் கடினமான போராட்டத்திற்கு பிறகு நிறைவேற்ற முடிவு செய்தான்.

தேவா பொதுமக்களிடம் நேரடி ஒளிபரப்பில் உட்கார்ந்து பேசத் தொடங்கினான். மக்களிடம் சில கோரிக்கைகளை அவன் கேட்டுக் கொண்டான். ஒருவன் நேர்மையாக இருக்கிறான் என்றால் அந்த நேர்மைக்கு மரியாதை நாம் தர வேண்டும். அதுதான் நமது கடமையாகும், ஒருவன் நல்லமுறையில் வாழ்கிறான் என்றால் அவனை நாம் பாராட்டியே ஆகவேண்டும். இல்லையென்றால், அவன் திசை போனப் போக்கில் மாறிவிட்டால் பல சேதங்களும், சீற்றங்களும் நாம் சந்திக்க நேரிடும். அதற்கு நல்ல உதாரணம் நான் தான், எனக்கு நல்ல ஊதியம் கொடுத்திருந்தால் நான் இவ்வளவு பெரிய தவறை செய்திருக்க மாட்டேன். ஆனால், என்னை வைத்து வேலை வாங்கி விட்டு சிறிது ஊதியமே தந்ததால் இன்று பலர் தகுதியே இல்லாமல் வேலையை பார்த்துக் கொண்டிருக்கும் நிலைமை ஏற்பட்டது. இதனால் பல லட்சம் மக்கள் என்னால் சாப்பிட நேரிட்டது அதற்கு என்னை மன்னித்துவிடுங்கள். அதற்காக நான் தூக்கு தண்டனை வாங்கி விட்டேன், இதைப் பார்த்துவிட்டு தப்பு செய்பவர்கள் திருந்த வேண்டும், தப்பு செய்ய விடாமலும் நீங்கள் நடக்க வேண்டும், நேர்மையாக இருங்கள் குறைந்தபட்சம் நேர்மையாக இருப்பவர்களிடமாவது நீங்கள் நேர்மையாக இருங்கள் என்று தேவா தனது உரையாடலை முடித்துக் கொண்டான். இதைப் பார்த்து பலர் மனமாற்றம் கொண்டார்கள், தூக்கு தண்டனை நிறைவேற்றப்பட்டது. அப்போது துரைசிங்கம் கண்ணில் இருந்து சிறு துளி கண்ணீர் வந்தது.

கரு :நாம் நேர்மையாக இருக்க வேண்டும். குறைந்த பட்சம் நேர்மையானவர்களிடமாவது நேர்மையாக நடந்து கொள்ள வேண்டும். சரியான ஊதியம் வழங்க வேண்டும்.

பழனிசாமியின் வாழ்க்கை

திருப்பூர் மாவட்டத்தில் பழனிசாமி சிவகாமி என்னும் தம்பதியினர் தமது திருமணம் முடிந்து இல்லற வாழ்வில் நல்லமுறையில் வாழ தொடங்குகிறார்கள். பழனிசாமி குணத்தைப் பற்றி இப்பொழுது பார்ப்போம் பழனிச்சாமி தனது அண்ணன் தம்பி என்றால் உயிரையே கொடுக்கும் நல்ல எண்ணம் கொண்ட மனிதன் அவனது மனைவியோ சிக்கனமாகவும் பாசத்துடனும் வாழ தெரிந்தவன் இவர்கள் இருவரும் சேர்ந்து வாழ்வதை இக்கதையில் பார்ப்போம்.

பழனிச்சாமி ஒரு கடுமையான உழைப்பாளி தினம் உழைத்து தான் வாழ வேண்டும் உழைத்து தான் சாப்பிட வேண்டும் என்று ஒரு கொள்கையில் வாழும் மனிதன். பழனிச்சாமி தினமும் சம்பாதித்து வரும் பணத்தை அப்படியே வீண் செலவு செய்யாமல் தனது மனைவியிடம் கொடுத்து சேமித்து வைக்க சொல்லுபவன் பழனிச்சாமி அவளும் அதை அப்படியே பின்பற்றி வந்தால் அவர்கள் இருவரும் சிறு சேமிப்பில் ஆர்வம் காட்டியதால் குறுகிய காலத்தில் ஒரு வீடு வாசல் என்று வாழ்க்கையில் அடுத்த கட்டத்திற்கு சென்றார்கள். இதை அறிந்த பழனிச்சாமியின் அண்ணனும் தம்பியும் அப்பாவுக்கு உடம்பு சரியில்லை அம்மாவுக்கு உடம்பு சரியில்லை என்று சொல்லி பழனிச்சாமியிடம் பணமாகவும் நகையாக வாங்கிக் கொண்டே இருந்தார்கள் அவனும் பாசத்திற்கு அடிமைப்பட்டு கொடுத்துக்கொண்டே இருந்தான். ஒரு கட்டத்தில் பழனிசாமிக்கு எங்கும் வேலை கிடைக்காமல் போய்விட்டது அந்தக் கட்டத்தில் அவன் எதுவும் பண்ண முடியாமல் வீட்டிலேயே முடங்கி கொண்டிருந்தான் அப்பொழுது அவனது தாய் தந்தை இறந்து போகவே அவர்களை ஆஸ்பத்திரி செலவு செய்ய அனைத்து சொத்துக்களையும் விற்று விட்டதாக அவரது அண்ணனும் தம்பியும் அவனிடம் கூற அவனும் அதை நம்பி கொண்டு தனது பூர்வீக சொத்து ஏதும் பங்கு வேண்டாம் என்று

சொல்லிவிட்டு அவன் மனைவியுடன் வாழத் தொடங்கினான் இதனால் அவனுக்குப் பெரும் இழப்பு ஏற்பட்டது.

திருமணமாகி மூன்று வருடங்களாக பழனிச்சாமியும் அவனது மனைவி சிவகாமி குழந்தை பிறக்கவில்லை கோயில் கோயிலாகச் சென்ற பிறகு ஒரு பெண் குழந்தை அவனுக்கு பிறந்தது அதை அவன் மிகவும் பாசத்துடன் வளர்க்கத் தொடங்கினான் இரண்டு வருடங்கள் கழித்து அவனுக்கு ஒரு மகனும் பிறந்தான் அவன் தன் மனைவியிடம் அடிக்கடி சொல்வான் எனக்கு பிறந்தது எங்க அப்பாவும் அம்மாவும் தான் பிறந்து இருக்காங்க இவர்களை நான் சிறப்பாக வளர்ப்பேன் என்று அவன் மனைவியிடம் சொல்லிக் கொண்டே இருந்தான். அதுபோல பழனிச்சாமி இரு பிள்ளைகளையும் கான்வென்டில் ஸ்கூலில் சேர்த்து தனது சக்திக்கு மீறிய ஆன அனைத்து செலவுகளையும் பிள்ளைகளுக்கு செய்து அதில் ஆனந்தத்தையும் கண்டான் பழனிச்சாமி சிவகாமியும் பழனிச்சாமிக்கு உறுதுணையாக இருந்து வந்தாள்.

ஒரு கட்டத்தில் மகள் மருத்துவ படிப்பு படிக்க வேண்டும் என்று ஆசைப்பட்டால் அதை எப்படி தந்தையிடம் சொல்வது என்று தயக்கத்துடன் இருந்தால் இதை அறிந்துகொண்ட பழனிச்சாமி தனது வீட்டை வித்து மகளைப் படிக்க வைப்பேன் என்று முடிவு எடுத்து பிறகு வீட்டை வித்து மகளை நல்ல முறையில் படிக்க வைக்க தொடங்கினான். அவளும் நல்ல முறையில் படிப்பை முடித்துவிட்டு தனது உடன் படித்த மாணவனை காதல் செய்து பிறகு பெற்றோரின் சம்மதத்துடன் அவனையே திருமணம் செய்துகொள்கிறாள் பழனிச்சாமியின் மகன். மருமகனும் மகளையும் நல்லமுறையில் வாழ தொடங்க ஆரம்பிக்கிறார்கள் வருடங்களில் இருவரும் வெளிநாட்டில் வேலை கிடைத்து விட்ட பிறகு வெளிநாடு செல்கிறார்கள்.

பழனிசாமியின் மகன் மகளுக்கு அப்படியே நேர்மாறாக வாழ்ந்தான் சரியாக படிக்கவில்லை தெரு தருதலை உடன் ஊர் சுற்ற ஆரம்பித்தான். இது மிகவும் அவன் மகனையும் பாதித்தது பண்ணி சம்பாதித்தது .இங்கு குடித்துவிட்டு ஊரில் உள்ளவர்களிடம் வம்பு வளர்த்து அவர்களின் பொருள்களை நாசம் செய்து விட்டு வருவான் அதற்கு பழனிச்சாமிக்கு செலவை வைப்பான். இதை அறிந்த பழனிச்சாமியின் மகள் இவர்களுக்கு பணம் அனுப்புவதை நிப்பாட்டி விட்டாள்.

பழனிச்சாமியின் மகன் சேட்டையும் அட்டகாசமும் அடங்கவில்லை அவன் இது போலவே தான் செய்து கொண்டிருந்ததை கண்டு பழனிச்சாமி இனிமேல் நீ வீட்டுக்கு வராதே என்று அவனை திட்டி வீட்டை விட்டே வெளியே துரத்தி விட்டான். இந்த அனைத்து துயரங்களையும் பழனிச்சாமியின் மனைவி சிவகாமி கண்டு மிகவும் மனமுடைந்து போகிறாள் சரியாக சாப்பிடாமல் உடலை கெடுத்துக் கொண்டு விட்டாள். இதனால் அவள் பெரும் வியாதிக்கு உள்ளாகிறான் பழனிச்சாமி தனது சேர்த்து வைத்திருந்த சிறிது பணமும் அவனது மனைவியின் நகையை வைத்து அவளுக்கு ஆரம்ப கட்டத்தில் மருத்துவச் செலவை பார்த்து வந்தான் அது அனைத்தும் போய்விட்டது பிறகு மகளிடம் உதவி கேட்டாலும் இல்லை என்று கூறிவிட்டால் இதனால் மிகவும் மனம் உடைந்து போன சிவகாமியும் பழனிச்சாமியும் என்ன செய்வது என்று தனது கொண்டிருந்தார்கள் பழனிச்சாமி அப்போது ஒரு முடிவு எடுத்தால் என் மனைவியை நான் காப்பாற்றுவேன் என்று நம்பிக்கையுடன் அரசு மருத்துவமனைக்கு அழைத்துச் சென்றான் அவர்கள் இருந்த ஊரில் இந்த நோய்க்கான ஸ்பெஷாலிட்டி இல்லை என்று அவர்களை பாண்டிச்சேரிக்கு கூட்டிட்டு போகணும் என்று மருத்துவர் கூறிவிட்டார் அதற்கு அவர்களிடம் செல்ல பணம் இல்லை சொல்ல போனால் ஆம்புலன்சில் ஏற்றி கொண்டு போனால் மிகவும் செலவாகும் என்று பழனிச்சாமி

கருவினான் ஏனென்றால் அவனிடம் வருமானத்திற்கு வழி இல்லை அதற்காக அவன் ஒரு ஏழெட்டு நாட்களாவது வேலைக்குச் செல்ல வேண்டும் என்று முடிவு செய்து வேலைக்கு செய்து அதில் பணத்தை சேர்த்து வைத்து பிறகு தனது மனைவியை முதுகில் உப்பு மூட்டை போல் தூக்கி கொண்டு பேருந்து நிலையத்திற்கு தூக்கிச் சென்றான். பழனிச்சாமியும் அவனது மனைவியும் பாண்டிச்சேரி சென்ற பிறகு அங்கு ஒருவரின் உதவியால் பேருந்து நிலையத்திலிருந்து அரசு மருத்துவமனைக்கு இலவச ஆம்புலன்ஸ் பெற்று இருவரையும் நல்ல முறையில் கொண்டு சேர்த்தான். அங்கிருந்த மருத்துவர்கள் இந்த நோயைக் குணப்படுத்தலாம் என்று பழனிச்சாமிக்கு ஆறுதல் கூறினார் மருத்துவர். மருத்துவர் பழனிச்சாமியிடம் கூறினால் நீங்கள் 15 நாட்களுக்கு ஒருமுறை இங்கு வந்து சிகிச்சை பெற்றால் மூன்று மாதங்களில் உங்கள் மனைவி பூரண குணமடைந்து விடுவார்கள் என்று மருத்துவர் வாக்குறுதி கொடுக்கிறார். பழனிச்சாமிக்கு ஒரு பக்கம் ஆனந்தம் மறுபக்கம் ஒரு சோகம் 15 நாட்கள் ஒருமுறை பாண்டிச்சேரி வருவது என்றால் செலவு அதிகமாகும் என்று எண்ணிக் கொண்டிருந்தான் பிறகு நிதானமாக உட்கார்ந்து யோசித்தால் 15 நாளில் 12 நாள் உழைத்தால் மிச்சம் மூன்று நாட்கள் ஓய்வெடுத்துவிட்டு தனது மனைவியை மருத்துவமனைக்கு கொண்டு வந்து விடலாம் என்று எண்ணி மனைவியை வீட்டுக்கு அழைத்துச் செல்கிறான் பழனிச்சாமி.

பழனிச்சாமி ஆரம்பத்தில் வேலை பார்த்த அதே நிறுவனத்தில் பொய் கூறி வேலை கேட்டு நிற்கிறான் அங்கிருந்து முதலாளி இவனது நேர்மையை எண்ணிப் பார்த்து இவனுக்கு கூலியை 100 ரூபாய் சேர்த்து தருவதாக கூறி அவனுக்கு ஆறுதலையும் சொல்லி வேலையும் கொடுக்கிறார் அந்த முதலாளி பழனிச்சாமியும் வேலையை மிகவும் ஆர்வத்துடன் செய்து 15 நாட்களுக்கு ஒரு முறை நல்ல முறையில் மனைவியை மருத்துவமனைக்கு கொண்டு

செல்ல பணம் கிடைத்தது ஆனால் ஆம்புலன்சில் செல்வதற்கு அளவு பணம் இல்லை என்பதால் அவன் பேருந்து நிலையத்திலிருந்து மருத்துவமனைக்கு தனது மனைவியை உப்புமூட்டை போலவே தூக்கிச் சென்று கொண்டு வந்திருந்தான் இதை ரோட்டோரத்தில் உம் நடந்து சென்றவர்களும் யாவரும் உதவி செய்ய வரவில்லை. இப்படியே 3 மாதங்கள் கழிந்தன அவனது மனைவி சிவகாமி உடல்நிலை சரியாகி விட்டது. பழனிச்சாமியின் அக்கம் பக்கத்து வீட்டு வீட்டுக்காரர்கள் அவர் மகளுக்கு எப்படியோ இந்த செய்தியை சொல்லி விட்டார்கள் இதைக் கேட்டு அவள் மிகவும் மனமுடைந்து போனாள்.

ஒரு சில தினங்களில் பழனிச்சாமியின் பக்கத்து வீட்டுக்காரர்களுக்கு அவர் மகள் வீடியோ கால் செய்து தனது தாய் தந்தையிடம் பேச வேண்டும் என்று சொல்ல அவர்களும் அந்த செல்போனை எடுத்துக்கொண்டு பழனிச்சாமியிடம் சென்றார்கள் பழனிச்சாமியும் நான் யாரிடமும் பேச விரும்பவில்லை நானும் என் மனைவியும் யார் உதவியில்லாமல் கடைசி வரைக்கும் வாழ முடியும் என்று நான் நினைத்து விட்டேன் இனிமேல் என்னால் இருக்க முடியும் என்று வைராக்கியத்துடன் அந்த போனை பார்க்காமலேயே கட் செய்து விட்டான் பழனிச்சாமி.

மு.சண்முகசுந்தரம்

முறுக்கு முருகன்

திருநெல்வேலி மாவட்டம் அம்பாசமுத்திரத்தில் ஒரு கூலி தம்பதியினருக்கு ஒரு ஆண் குழந்தை பிறக்கிறான் அவன் பெயர் முருகன் அவனின் வாழ்க்கை பற்றி தான் நாம் பார்க்க போகிறோம்.

முருகனுக்கு எந்த ஒரு செயலை பார்த்தாலும் அதை அப்படியே செய்யும் ஒரு அறிவு அவனிடம் இருந்தது அதனால் அவன் பள்ளிக்குச் செல்லும்போது அங்கு ஆசிரியர் எதைக் கூறினாலும் அதை அப்படியே உள்வாங்கி அதை நடைமுறை வாழ்க்கையில் பயன்படுத்தத் தொடங்கினால் அது அவனுக்கு பரீட்சைகளும் நல்ல உதவி செய்தது பரீட்சையில் நல்ல மதிப்பெண் எடுத்து பள்ளியில் நற்பெயர் பெற்றார் அவனுக்கு ஓவியம் வரைவதிலும் மிகவும் ஆர்வம் இருந்ததே ஓவியத்திலும் சிறந்து விளங்கி பல பள்ளிகளில் பரிசு பெற்று வந்து தனது பள்ளிக்கு ஒரு நற்பெயரை வாங்கி கொடுப்பதில் கெட்டிக்காரன் முருகன்.

முருகனின் தந்தையே ஒரு கூலி வேலை பார்ப்பவன் அவன் தனக்காக ஒரு இன்சூரன்ஸ் போட்டு வைத்தான் அந்த இன்சுரன்ஸ் இன் பலன் என்னவென்றால் தான் இறந்து போய்விட்டால் தனது குடும்பத்திற்கு சுமார் ஒன்றரை லட்ச ரூபாய் பணம் வந்து சேரும் என்பது தான் அதற்காக இன்சுரன்ஸ் போட்டு வைத்தான் துரதிஷ்டமாக இன்சுரன்ஸ் போட்டு ஒரு சில மாதங்களில் அவன் கூலி வேலைக்கு செல்லும்போது மினி டெம்போவில் விபத்து ஏற்பட்டு அந்த ஸ்பாட்டிலேயே இறந்துவிட்டான் முருகனின் தந்தை.

முருகனின் தாயும் தனது கணவன் இறந்ததால் ஒரு சில மாதங்கள் வாழ்க்கையை போய்விட்டது என்ற எண்ணத்துடன் இருந்தால் பிறகு இன்சூரன்ஸ் பணம் வந்தபிறகு தன்னை ஒரு தொழில் செய்யலாம் என்று முடிவு செய்கிறாள் இவளுக்கு சுடும் பழக்கம் கைவந்த கலை அது

முழுமையாக சுடுவதில் அந்த ஜில்லாவில் அவரை அடிச்சிக்க ஆளே இல்லை என்று பெயர் பெற்றவர் முருகனின் தாய் அதனால் ஒரு மக்கள் அதிகம் கூடும் இடத்தில் வாடகை எடுத்து அதில் முறுக்கு தயாரிக்கும் குடிசைத் தொழிலை ஆரம்பிக்கிறாள் ஆரம்பத்திலேயே நல்ல வரவேற்பு பெற்றாள் முருகனின் தாய்.

முருகனும் பள்ளிப்படிப்பை முடித்துவிட்டு மாலை நேரங்களில் கடைகளுக்கு முறுக்கு போடுவதும் பின்பு முறுக்கு போட்ட பணத்தை வசூல் செய்வதுமாக ஒரு வழக்கமாக்கிக் கொண்டான் ஆனால் அதுவே அவனது பள்ளிப் படிப்புக்கு முற்றுப்புள்ளி வைக்க ஆரம்பித்து விட்டது முருகனுக்கு லாப நஷ்டம் என்று அவன் அறிய தொடங்கினால் இந்த தொழிலைப் பார்த்தால் நாம் சீக்கிரம் பணக்காரனாகி விடலாம் என்ற எண்ணத்தில் பள்ளிப் படிப்புக்குச் செல்லாமல் தனது தாய்க்கு உதவியாகவே அந்த முறுக்கு தொழில் செய்யும் இடத்தில் இருந்துகொண்டு இன்னும் அதிக எண்ணிக்கையில் கடைகளுக்கு போட ஆரம்பித்தான் முருகன். இப்படியே சில ஆண்டுகள் போய் கொண்டு இருந்தது முருகனின் தாய்க்கு சிறிது பணம் சேர தொடங்கியது அதை வைத்து சொந்தமாக ஒரு வீடு ஒரு முறுக்கு ஃபேக்டரி கட்ட முடிவு எடுக்கிறார்கள் நல்லமுறையில் கட்டுகிறார்கள் அப்பொழுது முருகனின் வயதோ 17.

முருகனுக்கு சிறுவயதிலே அதிக வயது கொண்டவர்களிடம் நட்பு பழக்கம் ஏற்பட்டது அதுவே அவன் வாழ்க்கைக்கு முதல் தோல்வி படியாகவே அமைந்தது ஏன் என்று பார்த்தால் அவனைவிட வயது அதிகமானவர்களுக்கு சிறிது தீய பழக்கங்கள் இருந்தது உதாரணத்திற்கு சிகரெட் பிடிப்பது மது அருந்துவது பான்மசாலா யூஸ் பண்ணுவது போல் பல தீய பழக்கங்கள் உள்ளவர்களிடம் முருகன் நட்பு வைக்கத் தொடங்கினான். நாளடைவில் அந்தப் பழக்கமும் முருகனுக்கு பிடித்துப் போக அவன் அதற்கு அடிமையாக தொடங்குகிறான்.

படிப்படியாக இந்த செய்தியை முருகனின் தாய்க்கு தெரிய வந்தது அதனால் முருகனுக்கு ஒரு கல்யாணம் பண்ணி வைத்து விடலாம் என்று அவன் தாய் முடிவு எடுக்கிறாள். அவனுக்கு இருக்கும் அந்த தீய பழக்கங்களை மறைத்து ஒரு செல்வந்தர் வீட்டுப் பெண்ணை அவனுக்கு திருமணம் செய்து வைக்க அவரது தாய் நிச்சயம் செய்து வைக்கிறாள். முருகனுக்கு பார்த்த பெண் மிகவும் வாழ்க்கையில் நேர்மையாக வாழ வேண்டும் என்று எண்ணம் கொண்டவள் அதற்கு ஏற்ப அவனது கணவரும் இருக்க வேண்டும் என்று எண்ணங்களுடன் இருக்கும் பெண். முருகனுக்கு அவனது தாய் நிச்சயம் செய்து வைத்து பிறகு திருமணம் செய்து வைக்கிறாள் முருகனுக்கு. முருகன் திருமணம் ஆனது பிறகு அவனது மனைவிக்கு அவனது தீய பழக்கங்கள் தெரிய வர தொடங்கியது அதை ஆரம்பத்தில் அந்தப் பெண் கண்டிக்கிறார் நீ மாறிவிடு இல்லை என்றால் நான் உன்னை விவாகரத்து செய்து விடுவேன் என்று அவனை மிரட்டுகிறாள். முருகன் அதற்கெல்லாம் செவி கொடுத்து கேட்கவில்லை அவன் மீண்டும் மதுவுக்கு அடிமையாகிறான் குடித்துவிட்டு அவளே வந்து இரவில் அடிப்பான். அவளால் அந்த அடியை பொறுக்க முடியவில்லை அதனால் அவளது தந்தையிடம் சொல்லி விவாகரத்து செய்ய முடிவெடுக்கிறாள் முருகனின் மனைவி.

முருகனின் மாமனார் ஊர் பஞ்சாயத்தை கூட்டி தனது மகளை அவனிடம் இருந்து பிரித்து வைக்க வேண்டும் என்று கோரிக்கை விடுகிறார் அதற்கேற்ப ஊர் பஞ்சாயத்து அவனது மாமனாருக்கு சப்போர்ட் பண்ணி அவரது மகளை அவரிடமே சேர்த்து வைக்கிறார்கள் பிறகு சட்டரீதியாக விவாகரத்து பெற்றுக் கொள்கிறார்கள். இந்தப் பஞ்சாயத்து நாள் முருகனின் தாய் மிகவும் மனமுடைந்து போகிறாள் தொழிலில் முழு நேரமாக மனதையும் உடலையும் செலவு செய்ய முடியாமல் தடுமாற தொடங்குகிறாள் முருகனின்.

முருகன் மீண்டும் போதைக்கு அதிகமாகவே அடிமையாகிறான் இவனது தாய் இதை அறிந்து கொண்டு மனுக்கு இரண்டாம் திருமணம் செய்துவைக்க முடிவெடுக்கிறார் இந்த முறை நல்ல பெண்ணாக இருந்தால் மட்டும் போதும் வசதி இல்லாவிட்டாலும் பரவாயில்லை என்று ஒரு வைராக்கியத்துடன் இருந்து ஒரு ஏழைப் பெண்ணை பார்த்து திருமணம் செய்து வைக்க முடிவு எடுக்கிறார்கள் ஆனால் அந்தப் பெண்ணுக்கோ இவனின் பாதி வியதுதான் உதாரணத்திற்கு இவனது வயது 30 என்றால் அந்த மணப் பெண்ணின் வயது 18 ஆகவே இருந்தது. அந்தப் பெண் வீட்டார் வசதி இல்லாத காரணத்தினால் திருமண செலவை முருகனின் தாய் முழுமையாக ஏற்றுக் கொள்கிறார் என்று சொல்லி விட்டதால் இவர்கள் மனப்பூர்வமாக தனது பெண்ணை முருகனுக்கு திருமணம் செய்து வைக்க முடிவு எடுக்கிறார்கள் திருமணம் நல்ல முறையில் நடந்து முடிந்தன.

முருகனும் நல்ல முறையில்தான் வாழத் தொடங்கினான் இரண்டாவது மனைவி கூட காலையில் எழுந்தவுடன் தனது தாயின் காலில் விழுந்து ஆசீர்வாதம் வாங்கிக் கொண்டு தான் வெளியே செல்லும் பழக்கத்தை கொண்டான் அவனது மனைவிக்கு புன்னகையுடன் ஒரு அன்பு பரிமாற்றத்தை அவன் வைத்துக்கொண்டுதான் வெளியே செல்வோம் இப்படி நல்ல முறையில் அவன் வாழ்க்கை பயணம் தொடர ஆரம்பித்தது என்னவென்று பார்த்தால் இரண்டாவது மனைவியும் தன்னை விட்டு விலகிச் சென்று விடுவாளோ என்று அச்சத்துடன் அனைத்து தீய பழக்கங்களையும் கட்டுப்படுத்திக் கொண்டு வாழத் தொடங்கினான் முருகன். முருகனின் இரண்டாவது மனைவி கர்ப்பமாகி நாள் நல்ல முறையில் வளைகாப்பு செய்து வைக்கிறான் அந்த இடைப்பட்ட காலங்களில் அவன் அவனது மனைவியைப் பிரிந்து இருந்த நேரத்தில் மீண்டும் அவனது தீய நண்பர்களுடனான நட்பு வளர்க்கத் தொடங்கினான் அப்பொழுது மீண்டும் அவன் மதுவுக்கு அடிமையாகிறான்.

அவனது மனைவி பிரசவ காலம் முடிந்து விட்டு குழந்தையை நல்ல முறையில் பெற்றெடுத்து மூன்று மாதக் குழந்தையுடன் தனது கணவனை பார்க்க ஆவலுடன் வீடு திரும்புகிறாள் ஆனால் முருகனின் குடிபோதை கோலத்தில் தான் அவளை பல மாதங்கள் கழித்து பார்க்கிறான் இதைப் பார்த்த அவனது மனைவி மனம் மிகவும் உடைந்து போனது குழந்தையை முதல் முறையில் தூக்கி கொஞ்சுவது அவன் போதையில் தான் கொஞ்சினாள் அவனை மேலே முழுவதும் சாராய வாடை அடித்தது அதைக் கண்டு அனைவரும் சீ என்று கேவலமாக பேசத்தொடங்கினார்கள் எவனது உறவினர்களும் அக்கம் பக்கத்து வீட்டார். இவள் வசதி இல்லாத பெண் என்பதால் இவளது பெற்றோர் களும் பொறுத்துக் கொள்ளுமா என்று அவளுக்கு ஆறுதல் சொல்லி அவன் உடனே வாழவைக்க அவர்களும் விரும்பினார்கள் இப்படியே சில காலங்கள் போன ஒன்றுக்கு இரண்டு பிள்ளைகளும் பெற்றெடுக்கிறாள். முருகனின் இரண்டாவது மனைவி அவனுக்கு சிறிது அட்வைஸ் கொடுக்கிறாள் இனிமேல் நமக்கு இரண்டு பிள்ளைகள் ஆகிவிட்டன அதற்காக நாம் உழைக்க வேண்டும் என்று ஆர்வத்தை தூண்டுகிறது நீங்கள் ஏன் குடிக்க கூடாது என்று அவர்கள் வேண்டுகோள் இடுகிறாள் மிகவும் தாழ்மையான குரலில். அவனும் சரி சரி என்று சொல்லிக் கொண்டே அதே பழக்கத்தை மீண்டும் கடைபிடிக்கிறோம்.

ஒரு நாள் இரவு சரியான போதையில் முருகன் வீடு திரும்புகிறான் அவனது தாயோ உடல்நிலை சரியில்லாமல் இருக்கிறார் அதற்காக முருகனின் மனைவி அத்தைக்கு ஆஸ்பத்திரிக்கு கூட்டிட்டு போகணும் அதை உங்ககிட்ட சொன்னா நீங்க குடிச்சிட்டு வந்து இருக்கீங்களே அப்படின்னு அவள் அவனிடம் சண்டை போடுகிறாள் அவனோ போதையில் என்ன செய்வது என்று தெரியாமல் இவர்களிடம் வாக்குவாதத்தில் இருக்கிறான் அவனது தாய் சிறிது டென்ஷனாக பேசுகிறார் முருகனிடம். முருகன் அவனது தாயை படாரென்று என்று அடித்து விடுகிறான் அவளும் வயது முதிர்வின் காரணமாக கீழே விழுகிறாள் அந்த அதிர்ச்சியிலேயே அவள் இறந்துபோகிறாள். இதை அறிந்த

முருகனின் மனைவி அடப்பாவி மனுஷா நீயே போதையில் உங்க அம்மாவை அடிச்சு கொண்டாடிய டா அடப்பாவி நீ ஒரு கொலைகாரனை மாறிட்டியே என்று புலம்பிக்கொண்டு அழுகத் தொடங்கினால் அவன் அந்த போதையில் என்ன செய்வது என்று தெரியாமல் திணறிக் கொண்டு இருந்தான்.

இவனது மனைவி சாமார்த்தியமாக இது ஒரு இயற்கை மரணம் என்பது போல் சுற்றி உள்ள அனைவரையும் மற்றும் உறவினர்களும் நம்ப வைக்க முடிவு எடுக்கிறாள் இவனுக்கு போதை தெளிய அவள் அவனுக்கு சிறிது சோடாவும் தண்ணியும் அவனைக்கு ஊத்தி குளிப்பாட்டிய பிறகு அவன் போதை தெளிந்தவுடன் அனைத்தையும் சொல்லி இங்கு நடந்ததை யாரிடமும் சொல்லாதே என்று அவன் வாயை மூடிக்கொண்டு நிற்கும்படி அவள் அறிவுரை அவனுக்கு சொல்கிறான். முருகனும் அவனது மனைவியின் சொல்லுக்கு ஏற்ப அறிவுரையை ஏற்றுக் கொண்டு வாயை மூடிக்கொண்டு மௌனத்துடன் இருந்தான் பிறகு தனது தாயை நினைத்து பெரும் கண்ணீர் விட்டு அவனது தாயின் காலடியில் அழுது கொண்டே இருந்தான்.

அவனது தாய்க்கு அனைத்து இறுதி சடங்குகளும் செய்து முடித்து மனவேதனையுடன் வீடு திரும்புகிறான் அப்பொழுது அவன் மனைவியிடம் ஒரு சத்தியம் செய்கிறான் நான் இனிமேல் எப்போதும் குடிக்கமாட்டேன் எந்த தீய பழக்கத்திற்கு அடிமையாக மாட்டேன் என்று தனது பிள்ளைகள் மீது சத்தியம் செய்கிறான் முருகன். முருகனுக்கு தனது தாய் சொல்லிக் கொடுத்த அனைத்து வியாபாரம் யுத்திகளும் தனது மனைவிக்கும் பிள்ளைகளுக்கும் சொல்லிக்கொடுக்க ஆரம்பிக்கிறான் பிள்ளைகளை எப்பொழுதும் பள்ளிகளுக்கு செல்ல வேண்டும் என்ற நல்ல அறிவுரைகளைக் கூறி பிள்ளைகளை நல்ல முறையில் வளர்க்க தொடங்கினான் வியாபாரம் முன்புபோல திரும்பவும் பழைய நிலைமைக்கு அவனுக்கு லாபத்தை ஈட்டித் தந்தது நல்ல முறையில் வாழ்க்கை நடத்த பழகிக் கொண்டான் முருகன்..

முருகனைப் பார்த்து அவனது பிள்ளைகளும் நல்ல பழக்கங்களை வளர்த்துக் கொள்ள வேண்டும் என்று முடிவெடுக்கிறார்கள் அவர்களும் நல்ல எண்ணங்களுடன் நல்ல பழக்கங்களும் நல்ல முறையில் வாழ ஆரம்பிக்கிறார்கள்.

எந்த ஒரு தீய பழக்கமும் நமக்கு ஆரம்பத்தில் இன்பம்தான் தரும் ஆனா முடிவு சோகத்தில் தான் முடியும் இதில் நாம் ஒரு சிலரை இலக்க நேரிடும்..

ராஜா கஞ்சன்

மதுரை மாவட்டம் பறவை என்னும் ஊரில் சித்தன் சின்னத்தாய் என்னும் தம்பதியருக்கு முதல் மகனாகப் பிறக்கிறான் அவனுக்கு அடுத்ததாக கார்மேகம் என்னும் மகனும் வளர்மதி என்ற மகளும் பிறக்கிறார்கள் இதில் ராஜாவின் வாழ்க்கை தான் இக்கதையில் பார்க்கப்போகிறோம் என்ற இடத்தில் கஞ்சனாக மாறுகிறான் பிறகு கஞ்சனாக எப்படி வாழ்கிறான் என்று இக்கதையில் நாம் பார்ப்போம்.

ராஜாவின் அப்பா அம்மாவிற்கு பெரும் படிப்பறிவு இல்லை அதனால் அவர்கள் கூலி வேலை செய்கிறார்கள் இவனும் பள்ளியில் சேரும் வயதில் பள்ளியில் சேருகிறான் ஆனால் இவனுக்கோ படிப்பு ஏறவில்லை சரியாக சொல்லப்போனால் தனது மூன்றாம் வகுப்பு உடன் தனது பள்ளி வகுப்புக்கு முற்றுப்புள்ளி வைக்கும் பிறகு தந்தை செய்யும் வேலையை நாமும் செய்யலாம் என்று முடிவெடுக்கிறான் ஒரு பக்கம் குடும்ப வறுமை மறுபக்கம் படிப்பு வரவில்லை இதற்கு காரணமாகும்.

ராஜாவின் மனநிலை எந்த ஒரு தொழில் செய்தாலும் அரைகுறையாகவே செய்வான் முழுமையாக செய்யத் தெரியாது செய்யணும் என்ற எண்ணமும் அவனுக்கு இருக்கிறது அது போல தந்தையின் கூலி வேலையை சரியாக கற்றுக் கொள்ளாமல் வேறு தொழிலுக்கு மாற தொடங்கி நான் அங்கு மறுக்கும் வேலையைக் கற்றுக் கொண்டான் அதிலும் அரைகுறை தான் அதிக ஊதியம் இல்லை ஆனால் வேலையோ பெண்டு நிமிதி விடுகிறது இதை அவன் உணர சரியாக பத்து வருடங்கள் ஆனது அதாவது சரியாக அவனுக்கு 20 வயது ஆகும் போது தான் இதை அவன் உணர்கிறான்.

1980 -1990 ஆம் ஆண்டு தமிழகத்தில் இருந்து வெளிநாட்டுக்கு வேலை செல்லும் நபர்கள் எண்ணிக்கை அதிகரித்தன இதில் பல போலிகளும் உருவாக்கினார் ஆனால் ராஜாவின் இருக்கு தனத்தால் ஒரு போலி ஏஜென்டிடம் மாட்டுகிறான் அவனிடம் சுமார் 20 ஆயிரம் ரூபாய் பணமும் ஏமாறுகிறான் அந்த வருத்தத்துடன்

திரும்பும் அதே மரப் பட்டைக்கு வேலைக்கு செல்கிறான் திருப்பி அதே இடத்தில் விட்ட பணத்தை சம்பாதிக்க துடிக்கிறான். இதற்கு சரியாக ஒன்றரை ஆண்டுகாலமாக விட்ட பணத்தை எடுக்க ஆனது ராஜாவுக்கு பிறகு சரியான முறையில் ஏஜன்ட் படித்து நல்ல முறையில் பாஸ்போர்ட் விசா எடுத்து வெளிநாட்டுக்கு செல்கிறார் ராஜாவுக்கு ஒரு எழுத்து கூட்டி படிக்க தெரியாது சரியான முறையில் கையெழுத்து கூட போட தெரியாது இப்படிப்பட்ட அறிவை வைத்துக்கொண்டு வெளிநாடு செல்கிறான் ஆனால் வெளிநாட்டுக்கு சென்ற போது தான் தெரிகிறது ராஜாவுக்கு கூலி வேலை இல்லை அங்கு இருக்கும் பொது இடங்கள் ஆகிய ஆஸ்பத்திரி பஸ் ஸ்டாண்ட் ரயில்வே ஸ்டேஷன் ஆகிய இடங்களில் கக்கூசை கிளீன் செய்யும் வேலைதான் அவனுக்கு கொடுக்கப்பட்டன

.

ராஜாவின் மன நிலையும் இங்கு வந்து நன்றாக மாட்டிக் கொண்டோம் என்று பிறரிடம் கருத்து கூட சொல்ல முடியாத அளவிற்கு மொழி மாற்றம் இடமாற்றம் கலாச்சாரம் மாற்றத்துடன் அந்த வேலையை சகித்துக் கொண்டே செய்யத் தொடங்கினான் பிறகு தமிழர்கள் வாழும் இடத்தில் தங்க இடம் கிடைத்தது ஒரு சில நாட்கள் கழித்து அங்கு அனைவரும் இப்படித்தான் அடிமை போல உழைக்கிறார்கள் என்று தெரிந்த பிறகு நாமும் முளைக்கலாம் என்று ஒரு மன நிலைக்கு வருகிறான் பிறகு அங்கு இருக்கும் பப்ளிக் அவர்களை நல்ல முறையில் கிரீன் செய்ய ஆரம்பிக்கிறான் அந்த தொழிலில் கொஞ்சம் நேர்மையையும் அதிக உழைப்பையும் காட்டுகிறான் அதில் கணிசமாக உனக்கு உதயம் அதிகமாக நிறுவனமே கொடுக்க ஆரம்பிக்கிறது அந்தப் பணத்தை வீண் செலவு செய்யாமல் அவன் தாய் தந்தைக்கு அனுப்பி வைக்கிறான் அவன் தந்தையோ அந்தப் பணத்தை வீணாக்காமல் சிறுக சிறுக சேர்த்து வங்கியில் அதில் வரும் வட்டி பணத்தை வைத்துக்கொண்டு மீதி பணத்தை வீடு கட்ட என்று சேர்த்து வைத்து வந்தார் பிறகு ஒரு சில ஆண்டுகள் இப்படியே போக பெரும் தொகையாக பணத்தை அவன் தந்தை சேர்த்து வைத்தார். இப்படியே சில காலங்கள் போனேனே பிறகு அவனுக்கு கல்யாணம் ஆகும் வயது வந்து அடைந்தது அதனால் அவன் ஊருக்கு திரும்புகிறான் தனது சொந்த ஊருக்கு வந்த பிறகு தனது தந்தையிடம் தான் அனுப்பிய பணத்தை என்ன செய்தீர்கள் என்று கேட்டவுடன் அவன் தந்தை சொன்னார் நான் என்

பெயரில் ஒரு இடம் வாங்கி வைத்திருக்கிறேன் அந்த இடத்தை வைத்து நீ உன் பிழைப்பை ஆரம்பித்து கொள் என்றார் இல்லை இல்லை நான் திருமணம் செய்துகொள்ள தான் இப்போது வந்தேன் என்று தனது தந்தையிடம் தனது கருத்துகளை ராஜா கூறுகிறான் சரி உன் இஷ்டம் போல் செய் என்றார் உடனே மணப்பெண்ணை பார்க்கத் தொடங்கினார்கள் ராஜாவின் குடும்பத்தினர்.

வெளிநாட்டில் எந்த ஒரு சுகத்தையும் அனுபவிக்காமல் இங்கு வந்து இணைத்து விஷயங்களில் கஞ்ச படிக்கத் தொடங்கிய ராஜா தனது கல்யாணத்தில் சில பல கேள்விகளையும் கோரிக்கைகளை முன் வைக்கிறான் தனது கல்யாண செலவை மிகவும் எளிமையான முறையிலும் இருக்க வேண்டும் அதையும் மணப்பெண் வீட்டார் செய்ய வேண்டும் என்று எனில் அதற்கு மணப்பெண் வீட்டார் ஒப்புக்கொண்டார்கள் திருமணம் நல்ல முறையில் நடந்து முடிந்தன.

ராஜா திருமணத்திற்குப் பின் அந்த மணப் பெண்ணுக்கு கண்பார்வை கொடுத்த ஆரம்பிக்கிறான் எந்த ஒரு பொருளை வாங்க வேண்டுமென்றாலும் மனம் நொந்து போகும் அளவிற்கு டார்ச்சர் கொடுக்க ஆரம்பித்தான் இறைவா இறைவா இறைவா செலவிடும் அத வாங்கினா செலவிடும் ஏன் ஒரு பூ வாங்கினால் கூட அதற்கு வெட்டி செலவு என்று கேட்கிறான் ராஜா. இது ராஜாவின் மனைவிக்கு சுத்தமாக பிடிக்கவில்லை அவளோ சொகுசாக வளர்ந்த பெண் இவனோ கஞ்ச பையன் இரண்டு பேரும் மனமும் ஒத்துப் போகவே இல்லை சிறிது நாட்கள் கழிந்தன ஏன் சில மாதங்கள் கழிந்த பிறகு இருவருக்கும் மனம் ஒத்துப் போகாததால் பிரிய முடிவு எடுக்கிறாள் ராஜாவின் மனைவி.

ஊர் நாட்டாமை கூட்டி பஞ்சாயத்தில் முடிவு எடுக்கிறார்கள் இருவரும் பிரிய எனும் முடிவை இது ராஜாவுக்கு மிகவும் அசிங்கத்தையும் வேதனையும் அளிக்கிறது. இந்த அவமானத்தை அவன் தாங்காமல் மீண்டும் வெளிநாட்டிற்கு செல்வதாக முடிவு எடுக்கிறான். மீண்டும் வெளிநாட்டுக்கு செல்கிறான் அந்த வேலை செய்யவே அவன் மீண்டும் அதிக ஆர்வத்தை செலுத்துகிறான். இப்படியே ஒரு ஐந்து ஆண்டுகள் கழிந்தன வெகுவாக பணத்தையும் அவன் சேர்த்துக் கொண்டு மீண்டும் தமிழகத்திற்கு வந்தான்.

வெளிநாட்டில் சேர்த்து வைத்த பணத்தை வைத்து மதுரையில் ஒரு சில முக்கியமான இடத்தை வாங்குகிறார் அதில் கட்டடங்களையும் கட்டி வாடகை விடுகிறான். இவனைப் போலவே ஒரு கஞ்ச பெண்ணையும் பார்க்கிறான் அவளையே திருமணம் செய்து கொள்ள முடிவு எடுக்கிறான். இருவரும் திருமணம் செய்து கொள்கிறார்கள்.

இரு ஆண்டுகள் கழித்து இருவருக்கும் ஒரு குழந்தை பிறக்கிறது துரதிஷ்டமாக மருத்துவமனையில் செவிலியர் அந்த குழந்தையை கைதவறிக் கீழே விட அந்த குழந்தை தரையில் பட்டு உடனே இறந்து விடுகிறது இந்த துயரம் அவன் மனதை மிகவும் வருத்தம் அடைய வைத்தது அவனோ மனம் சரியில்லாமல் ஒரு சில ஆண்டுகள் கழித்து தான். பிறகு பல மருத்துவமனை மருத்துவரை ஆலோசனை கேட்டான் தனக்கு மீண்டும் குழந்தை பிறக்க வாய்ப்பு இருக்கிறதா என்று வாய்ப்பு இல்லை என்றே பெரும்பாலும் மருத்துவர்கள் சொல்லி விட்டதால் இன்னும் மனவேதனைக்கு தள்ளப்படுகிறான் ராஜா.

இதற்கு இடையில் ராஜாவின் தந்தை தனது தங்கச்சிக்கு திருமணத்திற்கு செலவிற்கு ஏதாவது பணம் தருவாயா என்று கேட்கிறான் ராஜாவின் கஞ்சத்தனம் அங்கு காட்டுகிறான் நான் தங்கைக்கு பெருமளவில் செய்ய உதவ இயலாது என்னால் முடிந்தது கணிசமான மொழி மட்டுமே என்று ராஜா தந்தையிடம் சொல்லி முடித்துக் கொள்கிறான்.

ஓராண்டு கழித்து ராஜாவின் தம்பி கார்மேகம் திருமணம் செய்து கொள்ள முடிவு செய்கிறான் அதற்கு அவன் மொழி கூட வைக்கவில்லை கல்யாணத்திற்கு வந்து நல்லா மூக்கை பிடிக்க சாப்பிட்டு சென்றுவிட்டான் ராஜா அவனின் கஞ்சத்தனத்தை இந்த திருமணத்திலும் காட்டி விட்டு செல்கிறான்.

ராஜாவின் தம்பி கார்மேகத்தின் மூன்று குழந்தைகள் பிறக்கிறார்கள் அவர்களும் நல்ல முறையில் கார்மேகம் வளர்கிறான் நல்ல இடத்தில் படிக்க வைக்கிறான் இப்படி அவன் வாழ்க்கை சென்று கொண்டிருந்தது. இதைக் கண்டு ராஜா பெரும் பொறாமைப்பட்டு அவன் தம்பியை வீட்டிற்கு அழைக்க அவன் என்றும் விரும்பியதில்லை அவனாக எதிர்பாராமல் என்றாவது தனது குழந்தையுடன் வந்தால்

அந்த குழந்தை மீது வெறுப்பையும் காட்டுவான் அவன் மனைவியும் எதிர்ப்பை கொண்டு இருப்பாள். இதை உணர்ந்த கார்மேகம் அவன் மனைவியும் அவன் வீட்டுக்கு வருவதை மிகவும் குறைத்துக் கொண்டார்கள் இப்படியே 15 ஆண்டுகள் கழிந்தன.

கார் மேகத்திற்கு திடீரென்று மாரடைப்பு வந்தன அதற்காக கார்மேகம் தனது சேர்த்து வைத்த அனைத்து சொத்துகளையும் வித்து மருத்துவமனைக்கு செலவு செய்தான் ஆனால் சிகிச்சை பலனின்றி உயிரை விடுகிறான் கார்மேகம். கார்மேகத்தின் மனைவி வைத்திருந்த சிறிது நகையை அடகு வைத்து சிறிய தொழிலை செய்து தனது பிள்ளைகளின் படிப்பு செலவை சமாளித்து கொண்டு இருந்தாள் ஆனால் ஒரு கட்டத்தில் அவளுக்கு ஒரு சிறிதளவு உதவி தேவைப்பட்டது அதற்காக அவளும் அவளது பிள்ளைகளும் ராஜாவிடம் உதவியை நாடினார்கள் ஆனால் நானே பஞ்சத்தில் இருப்பதாக கூறி பஞ்சபுராண பாட்டை பாடி அவர்களை வெளிநடப்பு செய்ய வைத்தான்.

ராஜாவுக்கு வயது 58 ஆக ஆகிவிட்டது அவனின் சொத்துகளைப் பாதுகாக்க ஒரு வாரிசு கூட இல்லை என்று உணர்கிறான் அதற்காக அவனும் அவன் மனைவியும் ஒரு குழந்தையை தத்து எடுக்கலாம் என்று முடிவு செய்கிறார்கள் அதற்காக வெளியூர் சென்று ஒரு குழந்தையை தத்தெடுத்து தனது வீட்டுக்கு கொண்டு வருகிறார்கள் இதைப்பார்த்த அக்கம்பக்கத்தினர் அரசல் புரசலாக அவனை கேலி செய்தும் கஞ்சத்தனத்தை பற்றியும் விமர்சித்து பேசினார்கள்.

ராஜாவின் கஞ்சத்தனம் பிள்ளை வளர்ப்பதிலும் விட்டுவைக்கவில்லை அங்கும் அதை தொடங்கினான் சுமார் 100 எம்எல் பால் வாங்கி அதில் 200 எம்எல் தண்ணியை ஊத்தி அந்தப் பச்சிளம் குழந்தைக்கு கொடுத்து வளர்த்தால் அது ஒரு சில விட்டமின் குறைபாடுகளுடன் வளர்கிறது அதை வெளி உலகத்திற்கு தெரியாமல் அவனும் மூடி மறைத்து அந்த குழந்தையை வளர்கிறான்.

வெளி உலகத்திற்கு ஆடம்பரமாக குழந்தைக்கு வாங்கித் தருவது போல் ராஜாவும் அவரது மனைவியும் நடிப்பார்கள் ஆனால் அந்த பொருளை வாங்கிவிட்டு வீட்டுக்கு வரும்

போது அதை ராஜாவின் மனைவி பிடுங்கி வைத்துக் கொள்வார் அந்த குழந்தைக்கு தர மாட்டாள் முக்கியமாக ராஜா ஸ்நாக்ஸ் ஏதாவது வாங்கிக் கொடுத்தால் ராஜாவின் மனைவி தின்று விடுவார் அந்த குழந்தை பலநாள் பச்சத்தண்ணி குடித்துவிட்டு தான் தூங்கினேன்.

குழந்தைக்கு சரியாக மூன்று வயது அதாவது எல்கேஜி யுகேஜி சேரும் வயது அக்கம்பக்கத்தினர் அவனை பிரைவேட் ஸ்கூலில் சேர்க்குமாறு சொன்னார்கள் ஆனால் இவனுக்கோ கவர்மெண்ட் ஸ்கூல் இல் தான் சேர்க்க வேண்டும் என்று ஒரு எண்ணம் இருந்தது அதாவது பால்வாடி பள்ளிக்கூடம் ஆனால் கௌரவத்திற்காக ஒரு வருடம் மட்டும் பிரைவேட் ஸ்கூலில் சேர்க்க முடிவு செய்கிறான் ராஜா அந்தப் பிள்ளைக்கு தேவையான ஷூல்சாக்ஸ் என்று அனைத்து பொருட்களையும் வாங்கிக் கொடுத்து உண்மையிலேயே ராஜா வீட்டுப் பிள்ளை போலே அவனை கௌரவமாக அழைத்து செல்கிறான் ஆனால் அங்கு சென்ற பிறகு நீங்கள் இந்த குழந்தைக்கு அப்பாவ தாத்தாவ என்று அவனிடம் கேட்கிறார்கள் இதைக் கேட்ட பின் அவன் மனம் மிகவும் வருத்தம் அடைந்தது. சில மாதங்கள் குழந்தை நன்கு பள்ளிக்கூடத்திற்குச் சென்று அங்கிருந்து குழந்தைகள் அவனிடம் கேட்டார்கள் தினமும் உன்னை விட்டு செல்பவர் அவர் யார் தினமும் உனக்கு மதிய உணவு கொடுப்பது யார் உங்கள் அம்மா அல்லது உங்கள் பாட்டியா என்று அவனிடம் கேட்டு உடன் படிக்கும் மாணவர்கள் அவனை கேட்டார்கள் அதற்கு அவன் அவன் எங்க அம்மாதான் என்று டிரிலியும் மழலை பொருளிலும் பதிலை சொல்கிறான் அந்தக் குழந்தை.

ராஜாவின் கஞ்சத்தனம் தொடங்க ஆரம்பித்தேன் குழந்தையை ஒரு சில ஆண்டுகளில் கான்வென்ட் படிப்பை நிப்பாட்டி விட்டு பிறகு கவர்மெண்ட் பள்ளியில் சேர்க்க ஆரம்பித்தான் அதனால் அந்தக் குழந்தை சிறிது மனதளவில் பாதிப்படைகிறார்கள் அங்கிருக்கும் பள்ளி மாணவர்களோடு சகஜமாக பழக ஆரம்பிக்கிறான் ஒரு கட்டத்தில் அக்கம் பக்கத்து வீட்டாருடன் ராஜாவிற்கு தகராறு ஏற்பட்டது அப்போது பக்கத்து வீட்டுக்காரர் உண்மையைப் போட்டு அந்த குழந்தை முன்னே சொல்கிறார்கள் இது உன் வளர்ப்பு மகன் தான் அதனால் நீ கவர்மெண்ட் பள்ளியில்தான் சேர்த்திருக்கிறேன் இல்லை என்றால் உன்

சொத்தை விற்றாவது நல்ல பள்ளியில் சேர்த்து இருப்பாயா என்று அவனை குத்துகிறார்கள் இதைக் கேட்ட அந்த குழந்தை மனம் ரொம்ப கஷ்டத்தை அடைகிறான்.

இந்த சம்பவம் நடந்த ஆண்டு அக்குழந்தைக்கு 10 வயது ஆகிவிட்டது அவன் இதை மறக்க சிறிது விளையாட்டுப் பொருட்களையும் சிறிது தின்பண்டங்களையும் வாங்கி கொடுத்து ராஜா இந்த நினைவுகளை அழிக்க நினைத்தான் ஆனால் குழந்தை ஆழ் மனதிலே அழுத்தமாகப் பதிவாகிவிட்டது தான் ஒரு வளர்ப்பு மகன் என்று இதையே அந்தக் குழந்தை மனதில் வைத்துக்கொண்டு ராஜாவை வளரவளர பிளாக்மெயில் செய்து எனக்கு சிறிது பாக்கெட் மணி தர வேண்டும் என்று வற்புறுத்தினாள் அவள் பல்லை கடித்துக் கொண்டு தனது பணத்தை செலவு செய்கிறான் ஆனால் ராஜாவுக்கு ஒரு பொழுதும் மனநிறைவும் இல்லை நிம்மதியும் இல்லை என்னை எடுத்து வளர்த்து என்று நினைக்கத்தோன்றும் வைத்துவிட்டது.

இந்தக் குழந்தையை தனது பன்னிரண்டாம் வகுப்பு வரை படித்து முடித்த பிறகு உயர்கல்வி படிக்க பெரும் பொருள் செலவில் ஒரு வகுப்பை தேர்ந்தெடுக்கிறான் அதற்காக பணம் வேண்டும் என்று ராஜாவிடம் கேட்கிறான் ராஜாவின் வயது முதிர்ச்சியை காரணம் காட்டி ராஜா என்னால் முடியாது என்று சொல்கிறான் ஆனால் அவனின் சொத்தை எழுதி தருமாறு அவன் வளர்ப்பு மகன் கேட்டு தொந்தரவு படுத்த ஆரம்பிக்கிறான் ஆனால் ராஜாவிற்கு விட மனசு இல்லை பெரும் போராட்டத்திற்குப் பிறகு ராஜாவும் அவன் மனைவியும் வங்கி கணக்கில் சேர்த்து வைத்திருந்த பெரும் தொகையை அவனுக்கு பணம் கட்டி படிக்க வைக்க முடிவு எடுக்கிறார்கள் அவனும் பெரும் பொருட்செலவில் உயர் தர கல்லூரியில் சேர்ந்து படிக்க ஆரம்பிக்கிறான் அங்கு வரும் மாணவர்கள் வைத்திருந்த பொருட்களை பார்த்து நாமும் இதுபோல் வாங்க வேண்டும் என்று லீவில் வீட்டுக்கு வரும்போது ராஜாவிடம் அவன் மனைவியிடமும் கேட்டு அவன் தொந்தரவு செய்ய ஆரம்பிக்கிறான் அவர்கள் என்னால் முடியாது என்று சொல்கிறார்கள் ஒரு பக்கம் அவர்களுக்கு வயது முதிர்ச்சி மறுபக்கம் அவனுக்கு செலவு பண்ண மனசு இல்லை அதனால் அடிக்கடி சண்டை முற்றியது அவனும் கல்லுரி படிப்பை முடித்தாள் ஆனால் அவன் சில தேர்வுகளில் தேர்ச்சி பெறாததால் இன் கம்ப்ளீட் ஆகவே டிகிரியை ஆண்டுகளை கழிக்கிறான்.

கல்லூரி முடித்த பிறகு அவன் எங்கும் வேலைக்கு செல்ல முடியாமல் கிரியையும் முடிக்கவில்லை அதனால் வீட்டில் வெட்டியாக வே இருந்தான் பிறகு தீய நட்பு உடன் சேர்ந்து அங்குமிங்குமாய் சுற்றுவதாக வாடிக்கையாகவே கொண்டான் அதில் ஒரு நண்பன் கூறுகிறான் அவனுக்கு மீன் வளர்ப்பு தாய் தந்தையை கொன்று விட்டால் அதில் கிடைக்கும் பெரும் சொத்தை நீ அதை வைத்து வியாபாரம் செய்யலாம் என்று ஒருவன் ஐடியா கொடுக்கிறான் இது நல்லதாகவே இருக்கு என்று சொல்லி அவன் திட்டமிட்டு தனது வளர்ப்புத் தாய் தந்தையை இயற்கை மரணம் அடைவதுபோல அவனை கொலை செய்து இயற்கை மரணம் என்று சமுதாயத்திற்கு நிரூபிக்கிறான் பிறகு அவர்கள் இழந்த சில மாதங்களில் அனைத்து சொத்துகளையும் தனது பெயரில் மாற்றிக் கொண்டு அதை வைத்து பெரும் வியாபாரத்தைத் தொடங்கினால் ஆனால் அந்த வியாபாரமும் தோல்வி ஆகிறது. ஆனால் சொத்துக்கள் அனைத்தும் இழந்ததால் அவன் புத்தி பேதலித்துப் போனது அதனால் ஆரம்ப கட்டமாக பைத்தியமாகி பிறகு பைத்தியம் முத்தி போக அவன் தெருவில் பிச்சை எடுக்க ஆரம்பிக்கிறான் இப்படியேஅவன்வாழ்க்கை போனது.

"எண்ணம் போல் தான் வாழ்க்கை"

என்ற பழமொழிக்கு கேற்ப ராஜாவின் வாழ்க்கை ஒரு நல்ல எடுத்துக்காட்டாக நமக்கு உணர்த்துகிறது ராஜா தனது உடன் பிறந்தவர்களுக்கும் உறவினர்களுக்கும் ஒருபோதும் உதவி செய்யவில்லை ஆனால் அவன் எடுத்து வளர்த்த பிள்ளை அவனுக்கு பெரும் துயரத்தையும் வேதனையும் பிறகு அந்த உயிரானது உயிரையும் அந்த வளர்ப்பு மகனை எடுத்து விட்டான் இதுதான் இக்கதையின் நீதி.

சேகரின் ஏற்றமும் இறக்கமும்

அத்தியாயம் 1

சேகர் பிறந்ததிலிருந்து வறுமையும் பசியும். ஈரோடு மாவட்டம் கவுந்தம்பாடி கிராமத்தில் மே மாதம் 28 ஆம் தேதி 1920 ஆம் ஆண்டில் சமுத்திரக் கனிக்கும் தங்கம்மாள் தம்பதி நிற்கும் நான்காம் மகனாக பிறந்தான்.

சேகருக்கு மொத்தம் மூன்று அண்ணன்கள் ஒரு தங்கை. முதல் அண்ணன் பெயர் சின்ராசு இரண்டாம் அண்ணன் பெயர் தங்கராசு மூன்றாம் அண்ணன் பெயர் கதிரவன் தங்கையின் பெயர் மலர்கொடி.

சேகரின் தாய் தந்தை பெரிதாக படிக்கவில்லை படிப்பறிவும் இல்லை வெளி உலக அறிவும் இல்லை அதனால் அவர்கள் வேலை செய்துவிட்டு சிறிது காசுகளை கூட சேர்த்து வைக்கும் அறிவுக்கூடம் இல்லாதவர்கள் தான் சம்பாதித்ததை முழுவதும் கீற்றுக் கொட்டகையில் படத்தை காண்டே பொழுதை கழித்துக் கொண்டிருக்கும் நபர் சேகரின் தந்தை.

தனது தந்தையின் போக்கால் சின்ராசு எட்டாம் வகுப்புடன் நின்று விட்டான் தங்கராசு ஏழாம் வகுப்பு நின்றுவிட்டான் இப்படி படிப்படியாக அனைவரும் வகுப்பு நிற்பாட்டி கொண்டார்கள. சேகர் ஐந்தாம் வகுப்போடு நின்று கொண்டான்.

அண்ணன் தம்பி நான்கு பேரும் ஒரு பண்ணையாரிடம் வேலைக்கு சேர்ந்து கொண்டார்கள். முதல் அண்ணன் சின்ராசு க்கு கணக்கு எழுதும் வேலையும் தங்கராசுவுக்கு மேற்பார்வை வேலையும் கதிரவனுக்கும் சேகருக்கும் மாடு வைத்து ஏர்கலப்பை வேலை பண்ணையார் கொடுத்தார்.

பண்ணையார் கொடுத்த ஊதியம் நால்வருக்கும் பற்றவில்லை அதனால் சின்ராசு பட்டணத்துக்கு சென்று அதிக ஊதியம் வேலயை செய்ய வேண்டும் என்று மிகவும் ஆசைப்பட்டான் அதனால் தனது சொந்த கிராமத்திலிருந்து

பட்டணத்துக்கு சென்று விட்டால் அங்கு ஒரு பெரும் மளிகை கடையில் வேலை பார்க்கத் தொடங்கினான். இரண்டாம் மன்னன் தங்கராசுவுக்கு சினிமா மோகம் அதிகமாக ஏற்பட்டது ஏனென்றால் அப்போதுதான் நம் நாட்டில் சினிமா ஆரம்பித்து சுமார் 20 வருடங்களாக அதனால் சினிமா மோகம் ஏற்பட்டது அதனால் மதராஸ் பட்டினத்திற்கு சென்று தனது திறமையை காட்ட வேண்டும் என்று ஸ்டுடியோக்கள் ஏறத் தொடங்கினான்.

இப்பொழுது கிராமத்தில் கதிரவனும் சேகரும் தன் தங்கையை கூட வைத்துக் கொண்டு வாழ்ந்து கொண்டிருக்கிறார்கள் கதிரவனுக்கு கோயிலில் இருக்கும் பூசாரி சொல்லும் மந்திரம் பிறகு அவன் செய்யும் மாய வித்தைகளை பார்த்து மிகவும் ஆர்வத்தை வளர்த்துக் கொள்கிறான் பிறகு தானும் இதேபோல் மந்திரங்களை கத்துக்க வேண்டும் என்று மந்திரங்கள் வரலாறைப் பற்றி தெரிந்துகொள்ள தானும் வெளியூர் செல்வதாக சொல்லிவிட்டு அந்த கிராமத்தை விட்டு வெளியேறுகிறான் கதிரவன்.

இப்பொழுதுதான் சேகருக்கு பயமும் பொறுப்பும் அதிகரித்தது சேகர் இப்பொழுது தனது தாய் தந்தையும் பார்த்துக்கொள்ளவேண்டும் தங்கையையும் பார்த்துக்கொள்ள வேண்டுமென்று முடிவு எடுக்கிறான் அந்த முடிவினால் அவன் நிறைய வேதனைகளும் நிறைய சுமைகளையும் சந்திக்கிறான் வாழ்க்கையில் ஆனால் நேர்மையை கடைபிடித்துக் கொண்டு எந்த தீய பழக்கத்துக்கு அடிமையாகும் உழைப்பை மட்டுமே நம்பி வாழ்ந்து கொண்டிருக்கிறான் அந்த கிராமத்தில் ஒரு கட்டத்தில் அவன் உணர்கிறான் இந்த விவசாயத்தில் கூலி வேலை செய்தால் நாமும் முன்னேற முடியாது என்று ஒரு வகையான சிந்தனை அவனுக்கு வருகிறது.

ஒருநாள் தபால்காரர் இடம் ஒரு லெட்டர் வந்தது அந்த லெட்டர் பெரிய அண்ணன் சின்ராசு இடம் இருந்து வந்தது வ வந்தது என்னவென்றால் தான் சிறிது பணம் சேர்த்து வைத்திருக்கிறேன் தான் நம் தங்கைக்கு திருமணம் செய்து வைக்க வேண்டுமென்று நான் முடிவு எடுத்திருக்கிறேன் அதனால் அனைவரும் தாங்கள் மூன்று மாதம் சிறிது காசு பணத்தை சேர்த்து வைத்து தனது தங்கைக்கு திருமணம்

செய்து வைக்க வேண்டும் என்று நான் விரும்புகிறேன் இதை அனைவரும் ஒப்புக் கொள்ள வேண்டும் என்று அன்புகட்டளை விடுகிறேன் என்று அந்த கடிதத்தில் சின்ராசு எழுதி இருக்கிறான் அதை சேகர் படித்து தனது பெற்றோரிடம் கூறுகிறான்.

இதேபோல் கடிதம் தங்கராசு க்கும் கதிரவனுக்கும் சின்ராசு எழுதி அனுப்பினான் அனைவரும் ஒப்புக் கொண்டனர் அதற்காக பாடுபடவும் தொடங்கினார்கள்.

சில மாதங்கள் கழித்து சின்ராசு தங்கராசு ஊருக்கு வந்தனர் ஊருக்கு வந்த பிறகு தாங்கள் சம்பாதித்த பணத்தில் சிறிது பாத்திரமும் சிறிது நெல் மூட்டைகளையும் எடுத்துக் கொண்டு தங்கள் வீட்டுக்கு வந்தனர் இதைப் பார்த்த அந்த ஊரை ஆச்சரியப்பட்டது.

சின்ராசு சேகரிடம் கேட்கிறான் மாப்பிள்ளை பார்க்க ஆரம்பிப்போம் என்று அதற்கு உடனே ஆரம்பிக்கலாம் என்று அண்ணன் கட்டளைக்கு இணங்கி இருவரும் சேர்ந்து பக்கத்து கிராமத்தை வலைவீசி மாப்பிள்ளையை தேடிக்கொண்டிருக்கிறார்கள் அப்பொழுது எந்த ஒரு கெட்ட பழக்கமும் இல்லாமல் சேகர் போலவே உழைத்து வாழ வேண்டும் என்று ஒரு நபரை சென்றதும் சேகரும் கண்டு வியக்கிறார்கள் இவன் என்னடா நம்மைப்போலவே இருக்கிறான் குணத்தில் அப்படி என்று அண்ணனும் தம்பியும் ஆச்சரியப்பட்டு அவனையே தனது தங்கைக்கு திருமணம் செய்து கொள்ள வேண்டும் என்று இருவரும் முடிவெடுக்கிறார்கள் இருவரும் தனது வீட்டிற்கு வந்து தனது பெற்றோரிடமும் சொல்லி மீண்டும் தனது இரண்டு சகோதரர்களிடமும் இதைச் சொல்லி அனைவரும் ஒப்புக் கொண்டு தனது தங்கையை அந்த பக்கத்து ஊர் நபருக்கே திருமணம் செய்து கொள்ள முடிவு எடுக்கிறார்கள்.

திருமணம் ஊரே மெச்சும் அளவில் மிக சிறப்பாகவும் ஆடம்பரமாகவும் நடந்து முடிந்தன. சின்ராசு மூன்று தம்பிகள் இடமும் கூப்பிட்டு நாம் இனிமேல் ஒற்றுமையாக இருக்க வேண்டும் நமது ஒரு கடமை முடிந்துவிட்டது நாம் இனியும் அனைவரும் ஒற்றுமையாக இருந்து அடுத்த வாழ்க்கையின் கட்டத்தை சந்திக்க வேண்டும் அதனால் நால்வரும் பட்டணத்திற்கு சென்று ஒன்றாக பாடுபடுவோம் என்று சொல்கிறான் சின்ராசு இதை அனைத்து தம்பிகளும்

ஒப்புக்கொள்கிறார்கள். ஆனால் இதில் தங்கராசு க்கு மட்டும் எப்படியாவது சினிமாவில் ஜெயிக்க வேண்டும் என்று ஒரு வைராக்கியம் இருந்தது அதனால் நான் உங்கள் கூட தங்கிக் கொள்கிறேன் ஆனால் உங்கள் கூட வேலை செய்ய மாட்டேன் நான் எனது சினிமா துறையில் நிச்சயம் வெற்றி அடைவேன் என்று சொல்லி தான் பயணத்தை அங்குதான் தொடங்குவேன் என்று சொல்கிறான் இதை மூவரும் ஆதரவு அளித்தனர்.

பட்டணத்திற்கு வந்த பிறகு சின்ராசு கதிரவன் சேகர் மூவரும் அயலாக உழைத்தனர் தங்கராசு சினிமா வாய்ப்பை தேடிக் கொண்டே இருக்கிறான். இவர்களின் பொருளாதாரம் வெகுவாக உயர்ந்தது அப்பொழுது ஒரு நாள் இருவரும் அதாவது சின்ராசு சேகரும் ஒரு பாத்திரக் கடையில் வேலை பார்த்துக் கொண்டிருக்கும் போது பாத்திர கடை முதலாளி சிறிது இழிவாக பேசிவிட்டார் அதைக்கண்டு சேகர்

கோபமும் வருத்தமும் அடைந்தான் அன்று இரவு தனது அண்ணன் சின்ராசு இடம் கூறினான் அண்ணா நம்மிடம் இப்பொழுது ஒரு அளவு காசு சேர்ந்து விட்டது அதை முதலீடாக வைத்து நாம் இனிமேட்டு ஒரு சிறிய கடையை வைக்க வேண்டும் என்று அண்ணனுக்கு சிறிது ஆலோசனை கூறினான் சேகர் இதை உணர்ந்த சின்ராசு உடனே கடை வைக்க அனைத்து வேலைகளையும் பார்த்தான் பஜாரில் நல்ல ஒரு கடையை வைத்தான்.

பஜாரில் கடை வைத்ததால் சில மாதங்கள் சரியாக வியாபாரம் போகவில்லை சேகரும் சின்ராசு சோகம் உடன் இருந்தார்கள் நம் கடை பிரபலமாக வேண்டும் என்றால் நாமே இறங்கி போராட வேண்டும் என்று நினைவில் கொண்டு ஒரே கூடையில் பாத்திரம் நிறைய அள்ளிக்கொண்டு கிராமம் கிராமமாகச் சென்று தவணை முறையில் பொருள்களை விற்க தொடங்கினான் இந்த பாத்திரம் எங்கிருந்து வருகிறது என்று தெரியுமா என்று தனது கடைக்கு தானாகவே ஒரு விளம்பரம் ஆக மாறி கொண்டான்.

வியாபாரம் படு சூடு பிடித்தது கடையும் பிரபலமானது திருமணம் செய்துகொள்ள முடிவு எடுத்தான் இதை

அனைவரும் ஒப்புக் கொண்டு அண்ணனின் திருமணம் நடத்தி முடித்தார்கள் தம்பிகள்..

சில வருடங்கள் கழிந்தன அனைத்து தம்பிகளும் திருமணம் செய்து கொள்ள முடிவெடுத்தார்கள் அனைவரும் திருமணம் செய்து கொண்டார்கள் பிறகு நால்வரும் ஒரே வீட்டில் வாழ்ந்து கொண்டிருந்தார்கள்.

நான்கு பேரும் சேர்ந்து அப்போ அப்போ தனது தங்கையையும் பார்த்துக் கொண்டு வந்தனர் தனது தங்கைக்கு நீண்டநாளாக குழந்தைகள் இல்லை என்று நால்வரும் வருத்தப்பட்டு கொண்டு தான் இருந்தார்கள்.

சேகரின் மனைவியும் அவளின் குடும்பத்தாரின் கதாபாத்திரங்களும் அத்தியாயம் இரண்டில் பார்ப்போம்..

சேகரின் ஏற்றமும் இறக்கமும்

அத்தியாயம்-2

சேகரின் மனைவி குடும்பத்திற்கு சேகர் செய்த உதவிகள்.

சேகரின் மனைவி பெயர் சசிகலா அவளின் தாய் தந்தையின் பெயர் முனுசாமி வெள்ளைச்சி இவர்களுக்கு முதல் பெண்மணி சசிகலா இவருடன் பிறந்தவர்கள் நான்கு சகோதரிகள் இரண்டு சகோதரர்கள்.

முனுசாமி எப்படிப்பட்ட குணம் கொண்டவன் என்னவென்றால் நாம் வளர்க்கும் ஆடு மாடுகளுக்கு பக்கத்து தோட்டத்தில் இருந்து இலைகளை தீவனங்களை திருடி எடுத்து வந்து தனது ஆடு மாடுகளுக்குக் கொடுக்கும் மகா திருடனாக வாழ்ந்து வந்த முனுசாமி.

முனுசாமி வழக்கம் போல் பல பொய்களைச் சொல்லி தனது முதல் மகளான சசிகலாவை சேகருக்கு திருமணம் செய்து விட்டான் துரதிஷ்டமாக கல்யாணம் முடிந்து ஓரிரு ஆண்டுகளில் ஒரு விபத்தில் முனுசாமி இறந்து விடுகிறான் அதனால் தனது முதல் முதல் மருமகனிடம் அனைத்துக் குழந்தைகளும் அவனை நாடிசென்றன. சேகரும் அனைத்து குழந்தைகளையும் தான் குழந்தை போலவே வளர்க்கத் தொடங்கினான்.

இதனால் தான் உடன் பிறந்த அண்ணன் களிடமிருந்து தனிக் குடித்தனத்தில் சேகர் செல்கிறான் அந்த வீட்டிற்கு தன் மனைவியின் தங்கைகளும் தம்பிகளும் வந்து தஞ்சம் அடைகிறார்கள்.

சேகருக்கு இயற்கையாகவே சிந்தித்து உழைத்து வாழ வேண்டும் என்ற எண்ணம் இருக்கிறது இந்த வீட்டில் இவ்வளவு பெயர் இருக்கிறார்கள் நாம் பெருமளவில்

வியாபாரம் செய்யலாம் என்று அவனும் சிந்திக்கிறான். தனது இரண்டு மகள்களையும் வைத்து ஒரு பெரும் அளவில் கடையை வைக்கிறான் சேகர் பிறகு வீட்டில் இருக்கும் மற்றவர்களை வைத்து மளிகை பொருட்களை பொட்டலம் போட வைக்கிறார் இதனால் அவனுக்கு வேலையாட்கள் சம்பளம் குறைக்கிறது நம்பிக்கையாளர்களும் தன்னுடன் இருக்கும் ஒரு மன தைரியமும் சேகருக்கு வருகிறது.

சேகரின் பெரிய மச்சானின் பெயர் முருகவேல் இரண்டாம் மச்சானின் பெயர் மலைக்கள்ளன் இதில் முருகவேல் என்பவன் மிகவும் நல்ல குணம் கொண்டவன் சேகரை போல நாமும் முளைத்தால் முன்னேறி விடலாம் என்று அவனும் தனது உழைப்பையும் உண்மையும் நம்பி சேகருடன் உழைக்கத் தொடங்கினான் ஆனால் மலைக்கள்ளன் அப்படி கிடையாது தனது தந்தை போல அவனுக்கும் குறுக்கு புத்தி திருடும் எண்ணம் பொய் சொல்லும் எண்ணம் போன்று பல கெட்ட எண்ணங்கள் கொண்டே அவன் வளர்ந்து வருகிறான் அப்பப்ப கடையில கொஞ்சம் திருடுவது பொய் கணக்கு சொல்கிறது அவனுக்கு கை வண்ணமாகவே இருந்தது.

சேகர் மனைவி சசிகலாவின் முதல் தங்கைக்கு திருமணம் வயது எட்டியது அவளுக்கு நல்ல மாப்பிள்ளையைத் தேட தேடத் தொடங்கினான் சேகர் அவனும் தனது சாதனத்தை சுற்றியுள்ள நல்ல பையனை தேடத் தொடங்கினான் அதிர்ஷ்டவசமாக ஒருவன் கிடைத்தான் அவன் நல்ல முறையில் திருமணம் செய்து கொள்ள அனைத்து செலவுகளும் பிறகு மணப்பெண்ணிற்கு நகை பாத்திரமும் செலவையும் ஏற்றுக் கொள்கிறான் சேகர்.

சேகர் மனைவிக்கு மிகவும் ஆனந்தம் மறுபக்கம் ஒரு சிறு பயம் என்னவென்றால் மீதி உள்ள மூன்று தங்கையும் இதே போல தனது கணவரின் செலவிலே திருமணம் செய்து வைக்க வேண்டும் இவர் சற்று குணம் மாறி விட்டாலும் நம்ப தங்களுக்கு ஆபத்து என்று ஒரு பயம் சசிகலாவுக்கு இருந்துகொண்டே இருந்தது அதற்கு சரியாக புத்தியை தீட்டு

அதாவது சேகரின் அண்ணனுடன் சண்டை பிடிக்க வைக்கிறார் அடிக்கடி பிறகு தங்கையை பார்க்க கூடாது என்று கட்டளை இடுகிறாள் தங்கையைப் பற்றி தப்பாகவும் சேகரிடம் கூறுகிறான் அதனால் சேகர் மனம் மாறுகிறது உடன் பிறந்தவர்களை வெறுக்கிறான் இவர்களை அரவணைக்கும் இதையே சாக்காக வைத்துக்கொண்டு மீதியுள்ள மூன்று தங்கையும் தனது கணவன் செலவிலேயே திருமணத்தை சிறப்பாக செய்து முடிக்கிறார் சசிகலா.

இப்படியே ஒரு சில ஆண்டுகள் கடந்துவிட்டன சசிகலாவின் அடுத்த ஆசை என்னவென்றால் முதல் தம்பிக்கு திருமணம் செய்து வைக்க வேண்டும் பிறகு அவனுக்கு வியாபாரத்தில் ஒரு பங்கு ஒதுக்க வேண்டும் என்று ஒரு எண்ணம் இருந்தது அதை நிறைவேற்ற சேகரின் மனதில் ஒரு சில மாற்றங்களை உருவாக்கிய அவள் எண்ணம் போலவே முருகனுக்கு வியாபாரத்தில் ஒரு பங்கும் நல்ல இடத்தில் ஒரு பெண்ணும் சேகரை பார்த்து திருமணம் செய்து வைக்கிறான் இருந்தாலும் சேகருக்கு முருகவேளை தனி குடுத்தனம் அனுப்ப மனமில்லை அதனால் தனது வீட்டிலேயே இருக்கும் படி அன்பு கட்டளை இடுகிறான் அதற்கேற்ப அக்கா வீட்டிலேயே இருந்து கொள்கிறான்.

முருகவேல் உம் ராஜசேகருக்கு துணையாகவும் இருந்துகொண்டு தொழிலையும் பார்த்துக்கொண்டு ஒரே வீட்டில் வாழ்கிறார்கள். ஒருநாள் ராஜசேகருக்கு முக்கியமான வேலை இருந்தது அதை பாதியாக முருகவேல் இடம் கொடுக்க வீட்டிற்கு வந்தான் சேகர் அப்பொழுது முருகவேல் தனது மனைவியுடன் முதல் முறையாக சினிமாவிற்கு சென்றுகொண்டிருந்தான் அப்பொழுது ராஜசேகர் பார்த்து நீ இப்ப போகவேண்டாம் பிறகு போகலாம் என்று கூறுகிறான் இல்லை நான் போக வேண்டும் என்று முருகவேல் ஆணித்தனமாக இருக்கிறான் கோபம் கொண்ட சேகர் முருகவேளை கன்னத்தில் பளார் பளார் என்று அலைகிறான் அது அவனுக்கு மிகவும் மன உளைச்சலாக இருந்தது உடனே முடிவு செய்கிறான் இந்த வீடும் வேண்டாம்

இந்த வியாபார வேண்டாம் தனியாக ஒரு வியாபாரத்தைத் தொடங்க ஆரம்பிக்கிறான் சொல்லப்போனால் சேகருக்கு போட்டியாகவே ஆரம்பிக்கிறான் ஒரு வியாபாரத்தை.

முருகவேல் வியாபாரம் தொடங்கிய ஆரம்ப காலத்தில் மாபெரும் வெற்றி அடைகிறான் அதே சமயத்தில் இரண்டு மகள்களும் ஒரு மகனும் அவனுக்கு பிறக்கிறார்கள் அவர்களையும் நல்ல செழிப்பாக வளர்க்க தொடங்குகிறான்.

சேகரின் இரண்டாம் மச்சான் கொஞ்சம் கொஞ்சமாக கடையில் இருக்கும் தொழில்நுட்பத்தை கற்றுக் கொண்டாரோ இல்லையோ கடையில் இருக்கும் பொருளை எப்படி திருட்டுத்தனமாக திருடி பிறரிடம் கம்மி விலைக்கு விற்று அதில் சினிமாவுக்கும் பல சூதாட்டத்திற்கு சென்று காசுகளை செலவு செய்ய தொடங்குகிறான். இப்படியே சில வருடங்கள் சென்றன சேகரின் சொந்த ஊரிலிருந்து சோத்துக்கு கஷ்டப்படும் சிறுவர்களை அழைத்து தனது வியாபாரத்திலும் கடைகளிலும் வேலைக்கு ஆட்கள் வைத்தான் அப்போது ஒரு சிறுவன் மலைக்கள்ளன் கடையில் செய்யும் திருட்டு வேலைகளை பார்த்து தனது முதலாளியான சேகரிடம் எடுத்துக் கூறுகிறான் பிறகு மலை கள்ளனை ஒரு மரத்தில் கட்டி வைத்து தோலை உரித்து போகும் அளவிற்கு சேகர் மலை கள்ளனை சரமாரியாக அடிக்கிறான். பிறகு மலை கண்ணனுக்கு உடல் முழுவதும் பல காயங்கள் ஏற்பட்டன சேகரை அவனை ஆஸ்பத்திரிக்கு அழைத்துச் சென்று மருத்துவ உதவி செய்கிறான்.

இதைக் கேள்விப்பட்ட முருகவேல் தனது மச்சான் ஆகிய சேகர் மீது சிறிது கோபமும் தம்பி மீது அதிக பாசமும் அந்த மருத்துவமனையில் காட்டுகிறான் தனது தம்பிக்கு ஒரு வாக்குறுதி கொடுக்கிறான் முருகவேல் இனிமேல் நீ என்னிடம் வந்துவிடு நான் உன் வாழ்க்கையை செழிப்பாக ஆக்குகிறேன் என்று முருகவேல் வாக்குறுதி கொடுக்கிறான்

மலைக்கள்ளன் அண்ணனிடமே செல்ல முடிவு செல்கிறான் ஆனால் அவன் பாவம் முருகவேளை மலைக்கள்ளன் ஒரு விஷப் பாம்பு என்று அறியாமலே அவனை தன்னுடன் சேர்த்துக் கொள்கிறான்.

முருகவேல் மல்லிகை வியாபாரத்தில் தனது தம்பியை முதலாளி நாற்காலி வரைக்கும் அமர வைத்து அழகு பார்த்தார் ஆனால் மலைக்கள்ளன் தனது விஷத்தை இறக்க ஆரம்பித்தான் அப்பப்ப செலவுக்கு பணத்தையும் மல்லிகை பொருளை எடுத்து பிறகு பாதி விலையில் விற்கவும் இதை நாளடைவில் அதன் விஷத்தை வெகுவாக கற்க ஆரம்பித்தான் அந்த பொருளை எடுத்துக் கொண்டு பக்கத்து தெருவில் கடை வைக்க தொடங்கினால் அதுவே பெரிய கடையாக விட்டது முருகவேளின் கடை சிறியதாகி விட்டது அந்த அளவிற்கு அவனிடம் சுரண்டி சின்ன ஆரம்பிக்கிறான் மலைக்கள்ளன் இதை அறியாமலே முருகவேல் இருக்கிறான். ராஜசேகர் வியாபாரத்தில் சிறிது தோல்விகளைச் சந்தித்தாலும் மனம் தைரியத்துடன் தனது சொந்த கிராமத்திலிருந்து இன்னும் சில சிறுவர் சிறுவர்களை தனது தொழில் பார்க்கும் ஊருக்கு அழைத்துவந்து வியாபாரத்திற்கு உதவியாக வைத்துக் கொண்டான் அவனுடன் பிள்ளைகளும் பதினாலு பதினைந்து வயது வரைக்கும் அவன் அமைதியாக இருந்தான்.

சேகரின் மகன்கள் வியாபாரத்தை எடுத்து நடத்தி அதனால் வந்த மாற்றங்கள் அதனால் வந்த வேதனைகள் அதனால் வந்த திருப்புமுனையை நாம் அத்தியாயம் மூன்றில் பார்ப்போம்

சேகரின் ஏற்றமும் இறக்கமும்

அத்தியாயம் 3

சேகர் மகன்கள் செய்த வியாபாரத்தில் வந்த வேதனைகள்.

சேகர் முருகவேல் உம் மலைகலெல்லாம் சென்ற பிறகு ஐந்து ஆண்டுகள் கழித்து மீண்டும் வியாபாரத்தில் மாபெரும் வெற்றி அடைகிறான்.

சேகருக்கு திருமணமாகி 26 ஆண்டுகள் கடந்தன அவனுக்கு மூன்று ஆண் குழந்தைகளும் 2 பெண் குழந்தைகளும் ஆனார்கள்.

சேகரின் முதல் பையனின் பெயர் சேரன் இரண்டாம் பையனின் பெயர் ரத்தினம் மூன்றாம் பையனின் பெயர் மூர்த்தி முதல் மகளின் பெயர் சித்ரா இரண்டாம் மகளின் பெயர் கோடிஸ்வரி.

சேகர் தனது முதல் குழந்தையை கான்வென்டில் படிக்க வைக்க வேண்டும் என்று ஆசைப்பட்டு அதற்காக பல ஆயிரம் செலவு செய்கிறான் அதற்கேற்ப அவன் மகனும் ஆடம்பர பொருளை வாங்கிக்கொண்டு கான்வென்டில் சேருகிறான் அவனும் செல்வந்தர் போலவே தனது வாழ்க்கையை அனுபவிக்கிறான். துரதிஷ்டமாக அந்த ஊரில் கான்வென்ட் ஒருசில காரணத்தினால் இழுத்து மூடப்படுகிறது அதனால் சேரன் அனைவரும் போல் அரசு பள்ளியில் சேர்ந்து படிக்கத் தொடங்குகிறான்.

அவனைத் தொடர்ந்து அவன் தம்பி தங்கைகளும் அதே அரசு பள்ளியில் படிக்க தொடங்குகிறார்கள். சேகரின் முதல் பையன் சேரன் எதையும் செய்தாலும் ஆடம்பரமாகவும் வெட்டி பந்தா எதுவும் செய்ய ஆசைப்படுவான் அது போலவே பிறர் என்ன செய்தாலும் பிறர் என்ன பொருள்

வைத்திருந்தாலும் தானும் அதை வைத்திருக்க வேண்டும் என்று ஒரு எண்ணம் கொண்டவன் அதனால் அவன் பள்ளி படிக்கும்போதே தனது பக்கத்து வீட்டார் புல்லட் பைக் வைத்ததை பார்த்து தானும் அதை வாங்க வேண்டும் என்று ஆசைப்பட்டு தனது தந்தையிடம் தனது ஆசையை கூறுகிறான். சேரன் அப்பொழுது சரியாக ஒன்பதாம் வகுப்பு படிக்கிறான் அவன் ஆசையை சேகர் நிறைவேற்றுகிறான் புல்லட் பைக் வாங்கி கொடுக்கிறான் புல்லட் பைக் வெயில் அதிகமாக இருப்பதால் சிறிது தடுமாற்றத்துடன் ஒரு கூரை வீட்டின் மேல் ஏற்றுகிறான் அதனால் அந்தக் கூரை வீடு சிறிது சேதமடைகிறது அந்த வீட்டில் இருந்த ஒரு சிலருக்கு காயம் ஏற்படுகிறது இந்த செய்தி சேகரிக்க தெரிகிறது சேகர் அப்பொழுது தன் மகன் மீது பாசம் வைத்ததால் பாசம் கண்ணை மூடியது நஷ்டத்தை ஈடு கொடுத்தான் அந்த இழப்பீடு வீட்டாருக்கு பிறகு மகனுக்கு வண்டியை ஓட்ட கூடாது என்று அறிவுரை சொல்கிறான். இதன் காரணமாகவே சேரன் மனம் உடைகிறது பத்தாம் வகுப்பில் ஒழுங்காக படிக்காமல் ஊரை சுற்றி தனது வாழ்க்கையை மாற்றிக் கொள்கிறான்.

பத்தாம் வகுப்பு ரிசல்ட் வந்தது சேரன் எதிர்பார்த்த ரிசல்ட் அவனிடம் வந்து அடைந்தது தோல்வியை அடைகிறான் சேரன். சேகர் பையன் மீது அதிக பாசம் கொண்ட தால் பையனை திட்டாமல் நீ என்ன ஆகவேண்டும் என்று கேட்கிறார் அதற்கு சேரன் கூறுகிறான் நானும் உங்களைப் போல் பெரும் வியாபாரியாக வேண்டும் எனக்கு வேறு ஒரு இடத்தில் வியாபாரம் செய்ய சிறிது முதலீடும் ஒரு கடையும் வைத்துக் கொடுங்கள் என்று கேட்கிறான் அதுபோலவே ஒரு முரடான ஏரியாவில் இவனுக்கு ஒரு இடமும் வாங்கிக் கொடுத்து முதலீடும் போட்டு சேகர் வைத்து கொடுக்கிறான் சேரனுக்கு.

சேரனின் தம்பி சேகரின் இரண்டாம் மகன் ரத்தினம் சேரனை பார்த்து சிறிது அச்சம் கொள்கிறான் நாமும் இப்படி ஆகிவிடுமோ என்று பயத்துடன் பத்தாம் வகுப்பை மிகவும் பயபக்தியுடன் படித்து முடிக்கிறார் நல்ல முறையில் தேர்ச்சியும் அடைகிறான் பிறகு என்ன படிக்க வேண்டும் என்று தெரியாமலே தனது தந்தை தொழிலை செய்ய வேண்டும் என்று தந்தைக்கு உதவியாக இருப்போம் என்று தந்தை கூடவே வாழ்க்கைப் பயணத்தைத் தொடங்குகிறான்.

ரத்தனம் சேகரை அப்படியே உள்வாங்கி தொடங்குகிறான் சேகர் எப்படி வேகமாக கணக்குப் போடும் அதேபோல் ரத்தினமும் வெகுவாக கணக்கு போடக் கற்றுக் கொண்டான் எப்படி மக்களிடம் பேச வேண்டும் என்று தனது தந்தையைப் போலவே அவனும் பேச கற்றுக் கொள்கிறான் எப்படி காசு பணத்தை சேர்த்துக் கொள்ள வேண்டும் எப்படி சேமித்து வைத்துக்கொள்ள வேண்டும் தந்தையைப் பார்த்து அப்படியே ரத்தம் கற்றுக் கொண்டான். சேகரின் மறு உருவமாக ரத்தனம் உருவாகிறான் சிறுவயதிலேயே சேமித்து வைத்து ஒரு இடத்தையும் வாங்கும் அளவிற்கு திறமைசாலியாக வருகிறான் அப்போது இரத்தத்தின் வயது 24 ஆக இருந்தது ஆனால் அவன் சம்பாதித்த சொத்து ஒரு லட்ச ரூபாய்க்கு மேலே இருந்தன.

சேரன் அனைத்து வியாபாரத்தில் தோல்வி அடைகிறான் தந்தையிடமே மீண்டும் மீண்டும் முதலீட்டுக்கான பணத்தை கேட்டுக் கொண்டிருக்கிறான் சேகர் முடிவு செய்கிறார் இவளுக்கு ஒரு கல்யாணம் பண்ணி விடலாம் என்று அதற்கு ஒரு கிராமத்துப் பெண் தான் சரியா தப்பா என்று அவன் எண்ணிக் கொண்டு கிராமத்தில் மிக எளிமையான முறையில் தனது மகனுக்கு திருமணம் செய்து முடிக்கிறான் ராஜசேகர் சேரனின் மனைவியோ பணத்தின் மீது ஆசை கொண்டவள் வெகு கோபமும் கொண்டவன் இருவரும் ஒன்று சேர்ந்து ஒரு தொழிலை நடத்தினால் எப்படி இருக்கும் சேரனின் வாழ்க்கை கேள்விக்குறியாக இருந்தன. சேரனுக்கு இரண்டு பெண் குழந்தையும் பிறந்தன.

சேகர் ரத்தத்திற்கும் திருமணம் செய்து வைக்க முடிவு செய்கிறான் திருமணம் முடிந்து ரத்தத்திற்கு ஒரு சில ஆண்டுகள் குழந்தைகளை இல்லை சரியாக நான்கு வருடங்கள் கழித்து ரத்தத்திற்கு ஒரு ஆண் குழந்தை பிறந்தது அதைப் பார்த்த சேரனும் தனக்கு ஆண் குழந்தை இல்லை என்று ஒரு வருத்தத்துடன் சொத்து அனைத்தும் தம்பிக்கு சென்று விடுமோ என்று ஒரு அச்சத்துடன் சேரன் சிந்தனை இருந்து கொண்டே இருக்கிறது.

சேரனின் பல முயற்சிகள் செய்து சரியாக ஒன்றரை ஆண்டுகள் கழித்து அவனுக்கும் ஒரு ஆண் குழந்தை பிறந்தது அப்போதுதான் அவன் மனம் சிறிது அமைதியாக இருந்தன.

சேகருக்கு ரத்தினத்தின் பையனை விட சேரனின் பையன் மீது பாசம் அதிகமாக இருந்தது. இதுதான் சேகரின் ஆரம்ப சொற்களுக்கான சிந்தனையாகவே மாறியது.

சேகரின் முதல் மகளுக்கு திருமணம் செய்து வைக்க மணமகனை பார்க்க தொடங்கினான் எங்கும் மணமகன்கள் அவனுக்கு தென்படவில்லை அதனால் தனது நெருங்கிய சொந்தத்தில் ஒரு பையனைப் பார்த்து திருமணம் செய்து வைக்கிறான் அந்தப் பையனும் சரியான ஒரு உழைப்பாளி ஆனால் சேகரின் மகள் ஒரு ஆடம்பர வாழ்க்கைக்கு அடிமையாகவே இருந்தால் எந்த ஒரு பொருளை பார்த்தாலும் அதை வாங்க வேண்டும் உதாரணத்திற்கு தெருவில் யாராவது புடவை கட்டி சென்றால் அதே போல ஒரு புடவையை தன் வீட்டில் வாங்கி வைத்திருக்க வேண்டும் என்று எண்ணம் கொண்டவள். இந்த எண்ணமும் சேகரின் வாழ்க்கையை மாற்றவும் ஒரு ஆரம்பப் பள்ளியாக மாறியது.

சேகரின் மூன்றாம் மகன் மூர்த்தி எப்பொழுதும் தனது வாழ்க்கையை தொலைதூரத்தில் எண்ணி பார்ப்பான் ஆனால் அதற்காக உழைக்க மாட்டான் அதே எண்ணம் கொண்டு தான் தனது தந்தையிடம் ஒரு வியாபாரத்தை செய்யலாம் என்று ஆலோசனை கூறுகிறான்.

மூர்த்தி நாம் புதிதாக சீட்டு கம்பெனி ஆரம்பிக்கலாம் என்று தனது தந்தைக்கு ஐடியாவை எடுத்து கொடுக்கிறான் அப்பொழுது அவன் மூத்த அண்ணன் சேரனும் அங்குதான் இருக்கிறான் அவனுக்கும் இந்த ஐடியா பிடித்து விடுகிறது இதனால் மூவரும் சேர்ந்து ஒரு பெரும் அளவில் சீட்டு கம்பெனியை அந்த ஊரில் ஆரம்பிக்க தொடங்குகிறார்கள்.

1993ஆம் ஆண்டு சிறப்பாக சீட்டுக் கம்பெனி நடத்த ஆரம்பிக்கிறார்கள் அதனால் அவர்கள் பல வருமானமும் கிடைக்கிறது அந்த பணத்தை வைத்து பல இடங்களில் இடமாகவும் வியாபாரத்தில் ஷேர் செய்துகொண்டும் இருந்தார்கள். ஒரு சில ஆண்டுகள் கழித்து இவர்கள் மூவருக்கும் பேராசை ஏற்பட்டது சேகர் நாம் ஏன் தினமும் ஒவ்வொரு நாளும் ஒவ்வொரு சீட்டு நடத்தலாம் அதுவும் 5000 வேண்டாம் ஐம்பதாயிரம் ஒரு லட்சம் இரண்டு லட்சம் என்று நடத்தலாம் என்று எண்ணம்

கொண்டான் அதுவே அவன் வாழ்க்கைக்கு எல்லை முடிவாக ஆரம்பமானது. பணம் கட்ட தகுதி இல்லாதவர்களை எல்லாம் சீட்டில் சேர்த்துக் கொண்டு அவர்களை பணம் எடுக்க வைத்து அவர்கள் பணத்தை எடுத்து விட்டு ஒரு சில மாதங்களில் ஊரை விட்டு ஓடி விட்டார்கள் இதனால் ஒரு சில வருடங்களில் நஷ்டத்தை சந்திக்க தொடங்குகிறார்கள் சேகரும் அவர்களின் மகன்களும் அப்பொழுது அவன் இரண்டாம் மகன் ரத்தனம் சிறிது ஆலோசனை தனது தந்தைக்கு கூறினார் இதை விட்டு விடுங்கள் இல்லையென்றால் இன்னும் பெரிய நஷ்டத்தை நீங்கள் அடைவீர்கள் என்று அறிவுரை கூறினார் ஆனால் சேரனும் மூர்த்தியும் அடங்கவில்லை அப்பா உங்கள் வளர்ச்சியை பார்த்து அண்ணன் பொறாமை படுகிறான் அதனால் இவனை இவன் சொல்வதை கேட்காதீர்கள் இவனை வீட்டை விட்டு வெளியே அனுப்புங்கள் என்று சேரனும் மூர்த்தியும் ரொம்ப கொந்தளிக்கிறார்கள் இரத்தத்தின் மீது.

சேகர் ரத்தினத்தின் மீது வைத்திருந்த நம்பிக்கையை விட சேரன் மூர்த்தி மீது பாசம் அதிகமாக வைத்திருந்தால் அதனால் பாசம் கண்ணை மூடியது அறிவு அவனை விட்டு வெளியே சென்றது அதனால் அவன் மீண்டும் சிட்தஸ் கம்பெனியை தொடர்ந்து நடத்த ஆரம்பித்தான்.

1998ஆம் ஆண்டு சிட்பண்ட்ஸ் கம்பெனி அகல பாதாளத்திற்கு கொண்டு சென்றது சேகரை அப்பொழுது இதை அறிந்த மலைக்கள்ளன் நான் உங்களுக்கு உதவி செய்கிறேன் மச்சான் என்று அவனாகவே உதவி செய்ய வருகிறான் சேகரிடம் அவனும் வேறு வழியில்லாமல் உதவி செய்யுங்கள் என்று அந்த உதவியை ஏற்றுக்கொள்ள ரெடி ஆகிறான் அவன் வீட்டு பத்திரம் பத்திரம் வாங்கி கொள்கிறாள் ஒருசில கட்டப்பஞ்சாயத்து ஆட்களை வைத்து அந்த இடத்தை மட்டமான விலைக்கு வாங்கி நல்ல விலைக்கு விற்கிறார்கள் அதிலும் ஒரு சில காட்சிகளையும் கொள்கிறான் இதை அறியாத சேகர் அனைத்து இடத்திலும் கையெழுத்துப் போட்டுக் கொள்கிறான் அவன் பிள்ளைகளின் பெயரில் இருந்த சொத்துக்களை விற்று பணம் நஷ்டத்தை ஈடுகட்ட பணத்தை கொடுக்கிறான்.

இந்த சிட்பண்ட்ஸ் கம்பெனியில் ராஜசேகரின் மனைவியின் தங்கைகளின் கணவர்களும் அவரது பிள்ளைகளும் இதில்

பணத்தைப் போட்டு ஏமாந்து விட்டார்கள் அந்த ஏமாந்த பணத்தை சேகரிடம் கேட்கிறார்களோ மனமுடைந்து இதை கேட்காதீர்கள் என்று கெஞ்சுகிறான் அவர்கள் அதை விட வில்லை நீங்கள் பணம் தந்து தான் வேண்டும் என்று அவர்கள் கட்டளையிட அவன் மனம் மிகவும் உடைந்து போகிறது..

அனைத்து சொத்துகளையும் இழக்கிறான் உறவுகளிடமும் பகையை உருவாக்குகிறான் அவர் வகித்து வந்த பதவியையும் இழக்கிறார் தனது சாதி தலைவர் பதவியையும் இழக்கிறார் சேகர்.

சேகர் தனது ஆசை ஆசையாக கட்டிய வீட்டை விட்டு வாடகை வீட்டிற்கு குடியேறுகிறார் சேகருக்கு தான் திருப்பியும் முயன்று வியாபாரத்தில் வெற்றி அடைந்தேன் பழைய இடத்தை மீண்டும் அடைவேன் என்று நம்பிக்கையுடன் சிறிதளவில் இருந்து வியாபாரத்தை செய்ய தொடங்குகிறான். இதற்குக் காரணம் தனது கடைசி மகளான கோடிஸ்வரி என் கல்யாணத்தை எப்படியாவது செய்து முடிக்க வேண்டும் அவளுக்கு நல்ல இடத்தில் மாப்பிள்ளை பார்த்து வைத்துவிட வேண்டும் என்ற ஒரே எண்ணத்தில் சேகர் அயலாக உழைக்கத் தொடங்கினான் அப்பொழுது சேகரின் வயது 61.

இதை அறிந்து கொண்ட சேகரின் மகள் கோடிஸ்வரி நாமும் எப்படியாவது உழைக்க வேண்டும் என்ற ஒரே எண்ணத்தில் அவள் படித்த படிப்பிற்கேற்ற ஒரு நல்ல வேலையில் சேர்ந்தாள் அதில் அவர்களுக்கு நல்ல சம்பளம் கிடைத்தது அவளிடம் ஒரு நல்ல பழக்கம் என்னவென்றால் ஒரு நாள் கூட லீவு போடாமல் தன் வேலைக்குச் செல்லும் பழக்கத்தை கடைசி வரை கடைபிடிக்க வேண்டும் என்று வைத்து கடைசிவரையும் அவள் ஒரு நாள்கூட லீவ் போடாது கல்யாண நாள் முன்னாடி வரைக்கும் வேலைக்கு சென்றாள்.

கோடிஸ்வரி கல்யாணத்துக்கு வந்த அவளின் முதலாளி பெரும் தொகையை மொய்ப்பணம் கொடுத்து அவளின் நேர்மையை பாராட்டி சென்றார். இதைக்கண்ட சேகர் மிகவும் ஆனந்தக் கண்ணீருடன் அந்தத் திருமணத்தில் இருந்தான்.

சேகரின் ஏற்றமும் இறக்கமும்

அத்தியாயம் 4

சேகரின் மகள்கள் அவனுக்கு கொடுத்த வேதனைகள்.

சேகரின் தற்போது வயது 63 அனைத்துக் கடமைகளும் செய்து முடித்தோம் என்று ஒரு நிம்மதியான வாழ்க்கை வாழ்ந்து கொண்டிருந்தான் அது இயற்கைக்கும் பொறுக்கவில்லை அவன் பெற்ற மகள்களுக்கும் பொறுக்கவில்லை அவனுக்கு மீண்டும் ஒரு சுமையை அவனிடம் செலுத்துகிறார்கள்.

சேகரின் பெரிய மகளாகிய சித்தரா தனது கணவன் செய்த அனைத்து தொழிலிலும் தோல்வியடைந்ததால் திரும்பத்திரும்ப முதலீட்டுக்காக சேகரை தொந்தரவு செய்கிறார். சேகரும் சிறிது சிறிதாக சேர்த்து வைத்த பணத்தை தன் முதல் மகளுக்கு கொடுக்கிறான் அதற்குப் பின்னாலே முதல் மகள் வாழாவெட்டியாக வீடு வந்து அடைகிறாள்

சேகரின் இரண்டாம் மகள் கோடிஸ்வரி எப்படி வாழாவெட்டியாக நீ வந்தாய் என்று சேகர் விசாரிக்கிறான் அவளும் பதில் கூறுகிறார் தான் கணவன் மிகப் பெரிய வியாபாரம் செய்கிறேன் என்று செய்து அதில் படும் தோல்வி அடைகிறான் இருந்தாலும் முகம் சுளிக்காமல் அவளை வைத்து காப்பாத்த தான் அவன் நினைக்கிறான் ஆனால் கோடீஸ்வரி மனம் பொறுக்கவில்லை வருமானம் பத்தல பத்தல என்று சொல்லிவிட்டு சேகரிடம் வந்து புலம்பிக் கொண்டிருக்கிறாள்.

சேகர் இது எல்லாம் தப்பு மா நீ உன் கணவன் வீட்டில் தான் இருக்க வேண்டும் என்று அறிவுரை கூறுகிறான் ஆனால் அதற்கு நேர்மாறாக சசிகலா அதாவது சேகரின் மனைவி தன் மகள் செய்ததுதான் சரி என்று மகள் பக்கம் தீர்ப்பைச் சொல்கிறார் இது இன்னும் கோடிஸ்வரி தைரியத்தையும் திமிரையும் ஊட்டி வளர்க்க காரணமாக இருக்கிறது.

நீண்ட நாட்களாகவே கோடிஸ்வரி சேகரின் வீட்டில் இருந்தாள் சேகரின் மகன் கள் வந்து கோடிஸ்வரி கணவரை அழைத்து வந்து இருவருக்கும் சமாதானம் செய்து வாழ வைக்க வேண்டும் என்ற பேச்சு வார்த்தையை எடுத்து அதில் வெற்றியும் கண்டு தனது தங்கையை கணவரிடம் ஒன்று சேர்த்து வைக்கிறார்கள் பிறகு அவள் வாழ்க்கை சீரும் சிறப்பாக அமைகிறது.

இப்பொழுது சேகருக்கு சரியாக 65 வயது ஆகிறது சேகரின் மகள் கோடீஸ்வரி வளைகாப்பு நிகழ்ச்சி நடத்த வேண்டுமென்று சேகரிடம் தனது ஆசையை கூறுகிறாள் அவனும் தன்னால் முடியாது என்று சொல்லாமல் புன்னகை சிரிப்புடன் அப்பா எப்படியாவது சீரும் சிறப்புமாய் நடத்துகிறேன் என்று சேகர் கோடிஸ்வரிக்கு வாக்குறுதி கூறுகிறான். சேகரிடம் வளைகாப்பு நடத்த பணம் பற்றாக்குறையாக இருப்பதால் தனது மூன்று மகனிடமும் கேட்க முடிவு எடுத்தான். மூன்று மகனையும் தனது வீட்டிற்கு அழைக்கிறான் மூன்று மகன்களும் வருகிறார்கள் முதல் மகனிடம் சொல்கிறான் தங்கைக்கு அடுத்த மாதம் வளைகாப்பு நடத்த வேண்டும் என்று நான் ஆசைப்படுகிறேன் தங்கையும் ஆசைப்படுகிறாள் அதை நீங்கள்தான் நிறைவேற்ற வேண்டும் என்று ரத்தின திடமும் மூர்த்தி இடமும் இடமும் கூறுகிறான். சேரன் அப்பா எனது முதல் மகளுக்கு இன்னும் ஓரிரு ஆண்டு திருமணம் செய்து வைக்க நான் முடிக்கிறேன் அதனால் என்னிடம் தயவு செய்து பணம் கேட்காதீர்கள் என்று முகத்தில் அடித்த படி கூறுகிறான் இரண்டாம் மகன் கேட்கிறான் அப்பா நீங்க எனக்கு சொத்தில் ஏதும் பங்கு தெரியல அதனால நீங்க என்கிட்ட கேக்க கூடாது நான் உங்ககிட்ட ஏதோ வாங்க

மாட்டன் பாய் என்று அவனும் மூஞ்சியில் அடித்த மாதிரி சொல்லி தப்பித்து விடுகிறான் மூன்றாம் மகனிடம் தைரியமாகவும் மகிழ்ச்சியாகவும் கேட்கிறார் ஏனென்றால் சேரனின் பாரதி சொற்களுக்கு மேல் வியாபாரத்தில் நஷ்டம் அடைந்தது காரணம் மூர்த்திதான் அதனால் மூர்த்தி கண்டிப்பாக எடுத்து நடத்துவான் என்று கேட்கிறான் அதற்கு மூர்த்தியோ சொல்கிறான் எனக்கே பிள்ளை இல்லை உனக்கு நான் ஏன் செய்ய வேண்டும் பிறகு எனக்கு யார் செய்வார் என்று அவனும் உதறி தள்ளுகிறான். இதைக் கேட்ட சேகரின் மனம் மிகவும் உடைந்து போனது சோகத்துடன் கோடீஸ்வரி இதை அனைத்தும் தனது அறையிலிருந்து பார்த்துவிட்டு மனதை தைரியத்தை வைத்துக்கொண்டு சேகரிடம் கூறுகிறாள் அப்பா எனக்கு வளைகாப்பு வேண்டாம். இதைக் கேட்ட சேகர் மனம் நொந்து கண்ணில் கண்ணீரும் வந்தது அதை பார்த்த கோடிஸ்வரி கண்ணிலும் கண்ணீர் வந்தது இருவரும் மாறி மாறி அழுதன. பிறகு இரண்டு மாதங்கள் கழித்து அவளும் ஒரு பெண் குழந்தையைப் பெற்றெடுக்கிறாள் பிறகு கணவன் வீட்டுக்கு செல்கிறாள்.

சேகருக்கு பணம் தட்டுப்பாடு மிகவும் அதிகமாக ஏற்பட்டது

அதனால் வீடு வாடகை கொடுக்க முடியாமல் மின்சாரக் கட்டணம் கட்ட முடியாமல் மிகவும் தவித்துக் கொண்டிருந்தான் இதை அறிந்த மூர்த்தி தனக்குதான் பிள்ளை இல்லை அதனால் தனது தாய் தந்தையை பெற்ற பிள்ளைகளை போகலாம் என்று அவர்கள் இருவரையும் அழைத்து வந்து தான் வீட்டில் வைக்கலாம் என்று மூர்த்தி முடிவெடுக்கிறான். இந்த செய்தியை அறிந்த சேகர் அவனின் மனைவியும் மிகவும் சந்தோஷத்தில் இருந்தார்கள்.

இது மூர்த்தியின் சூழ்ச்சி என்று தெரியாமல் சேகரும் அவன் மனைவியும் அவன் வீட்டிற்குச் செல்கிறார்கள் ஓரிரு வாரங்கள் அவனை மிகவும் தடபுடலான விருந்து உடன் தனது தந்தையை நல்ல முறையில் உபசரிக்கிறார் பிறகு தனக்கு என்ன பிரச்சனை என்று மூர்த்தி தெளிவாக தனது

தந்தையிடம் கூறுகிறான். அப்பா நான் செய்த தொழில் சிறிது நட்டம் ஏற்பட்டது என்னிடம் வேலை பார்த்த ஒருவன் சம்பள பாக்கியை அவன் என்னை விட்டு சென்று விட்டான் அதனால் நீங்கள் அந்த வேலையை பார்க்க வேண்டும் என்று நான் ஆசைப்படுகிறேன் பிறகு எனக்கு நம்பிக்கையான ஆளாகும் நீங்கள் இருப்பீர்கள் என்று நான் நம்புகிறேன் அதனால் நாளை முதல் நீங்கள் என்னுடன் கடைக்கு வர வேண்டும் என்று நான் ஆசைப்படுகிறேன் என்று பணிவான முறையில் எடுத்து சொல்கிறான் மூர்த்தி சேகரும் இனி மகனுக்காக நம் உழைப்பு புரோஜனம் படட்டும் என்று ஆனந்தத்துடன் கடைக்கு செல்கிறான்.

சில வருடங்கள் கழித்து சேகருக்கும் மூர்த்திக்கும் நல்ல ஒற்றுமையாகவே இருந்த தொழிலை முன் நடத்திச் சென்றார்கள் மூர்த்திக்கு சில அரசியல் ஆசை வந்ததால் தனது தந்தையை முழுநேரமாக கடையைப் பார்த்துக் கொள்ளுங்கள் என்று சொல்லிவிட்டு அரசியலுக்கு அடிக்கடி வெளியே செல்லும் வேலையாகவே இருந்து விட்டான் அதனால் தனது மனைவிக்கு தேவையானதை செய்ய முடியாமல் சேகர் மிகவும் தடுமாறிக் கொண்டிருந்தான் அந்த நேரம் சேகரின் மனைவி சசிகலாவுக்கு காலில் ஒரு ஆணி ஏறி விட்டது அதை அவள் பெரிதாக பொருள்படுத்தாமல் சிறிதும் மெடிக்கலில் மருந்து வாங்கி போட்டு சரியாகிவிடும் என்று எண்ணிக் கொண்டு விட்டால் அது நாளடைவில் அவருக்கு ரத்த கொதிப்பும் சர்க்கரை வியாதியும் இருந்ததால் அது பெருமளவில் பாதித்து அவளுக்கு கால் முழுவதும் தீப்பிடித்து விட்டது இதனால் மருத்துவர்கள் இந்த காலையே வெட்டி எடுக்க வேண்டும் என்று சொல்லிவிட்டார்கள் இதை அறிந்த சேகர் மிகவும் மனமுடைந்து போகிறான். சேகர் இப்பொழுது ஒரு முடிவு எடுக்கிறான் இனி சாகும் வரை நான் உனக்குத் துணையாக மட்டுமே இருப்பேன் என்று அவளுக்கு ஒரு வாக்குறுதி கொடுக்கிறான் அதற்கேற்ப தனது மகன் மூர்த்தியிடம் சொல்கிறான் நானும் உன் தாயும் உன் வீட்டில் ஒரு பகுதியிலிருந்து கொள்கிறோம் எங்களுக்கு மூன்று வேளை உணவு மட்டும் அளித்தால் போதும் அப்பப்ப சிறிதும்

மருத்துவ உதவிக்கு பணம் கொடுத்தால் போதும் நாங்கள் ஒரு மூலையிலிருந்து கொள்கிறோம் என்று கேட்டுக்கொள்கிறோம் அதற்கும் சரி என்று சம்மதம் சொல்கிறான்.

சேகரின் மனைவி சசிகலா படுத்த படுக்கையாக கிடக்கிறார் அவளால் எழுந்து நடக்க முடியாது அதனால் அவளுக்கு தேவையான உணவையும் சமைத்து கொடுக்கிறான் அவளுக்கு அனைத்து பணிகளையும் செய்கிறான் சேகரின் துணியும் அவனது மனைவியின் துணியையும் அவனே தனது கையால் துவைத்து மடித்து தனது அறைக்குள் நீட்டாக வைத்துக் கொள்கிறான். அப்பப்ப சேகர் தனது புலம்பலை தன் மனைவியிடம் தெரிவிப்பான் நம்மை ஐந்து பிள்ளைகளைப் பெற்று அதில் இரண்டு பிள்ளைகள் மீது அதிக பாசம் வைத்தால் அவர்கள் நமது வியாபாரத்தை செய்கிறேன் என்று சொல்லி பல லட்சங்களை வீணாக்கினார்கள் இரண்டு பெண்கள் மீது அதிக பாசம் வைத்தால் அந்த இரண்டு பெண் பிள்ளைகளும் நம்பி மோசம் செய்தார்கள் நாம் ஒரு மகனை மட்டும் தனியாகவே விட்டோம் அவனும் தனியாகவே போய் விட்டான்.

ரோட்டோரங்களில் சேகர் வாக்கிங் செல்வான் அப்பொழுது அவன் மகன் ரத்தினத்தை பார்ப்பான் அப்பொழுது ரத்தமும் தனது அப்பாவைப் பார்த்து சிறிது ஆனந்தம் கொண்டு பெரும் வருத்தத்தை அடைமானம் தனது தந்தைக்கும் தாய்க்கும் ஏதாவது செய்ய வேண்டும் என்று எண்ணி சிறிது பழங்களும் சிறிது பணத்தையும் கொடுப்பான் அவனுக்கு அப்போது ஒரு சிறிய மகிழ்ச்சி இவர்களுக்கும் அதில் ஒரு பெரும் இன்பமாக சேகரும் அவன் மனைவியும் கொள்வார்கள்.

சேகரும் அவனது மனைவி சசிகலாவும் ஒரு நாள் இரவு தனது பழைய நினைவுகளை பேசிக்கொண்டு இருந்தார்கள் அப்பொழுது சேகர் தன் மனைவியிடம் சொல்கிறான் நான் செய்த மிகப் பெரிய தவறு என்னவென்று பார்த்தால் ஐந்து

பிள்ளைகளையும் ஒன்றுபோல பார்த்து வளர்த்திருந்தால் இன்று நாம் நிம்மதியான வாழ்க்கையும் கௌரவமான மதிப்புடன் இந்த சமுதாயத்தில் வாழ்ந்து இருக்கலாம் ஆனால் நான்தான் கண்மூடித்தனமாக இரண்டு பிள்ளைகள் மீது அதிக பாசமும் ஒரு மகனை வேலைக்காரன் போல் வளர்த்து விட்டேன் ஆனால் நான் இப்படி செய்தேன் என்றால் நீயும் பதிலுக்கு இரண்டு பெண் பிள்ளைகளையும் திமிராக கர்வத்துடன் வளர்ந்து விட்டாய் வந்த வினை தான் இன்று நாம் அனுபவிக்கும் வேதனைகள் என்று அழுகை குரல் இடம் சொல்கிறான்..

www.ingramcontent.com/pod-product-compliance
Lightning Source LLC
LaVergne TN
LVHW040336171026
850499LV00046B/2103
* 9 7 8 9 3 9 1 4 2 3 5 4 4 *